TUYỂN TẬP NHẠC XUÂN CHỌN LỌC

Lê Hân

Sưu tập

TUYỂN TẬP NHẠC XUÂN CHỌN LỌC

Nhân Ảnh
2020

TUYỂN TẬP
NHẠC XUÂN
CHỌN LỌC

Biên soạn: **Lê Hân**
Bìa: **Khánh Trường**
Trình Bày: **Lê Hân**
Nhân Ảnh Xuất Bản **2020**
ISBN: **978-1989705735**

GHI CHÚ

Vì không có điều kiện liên lạc trực tiếp với các nhạc sĩ hay gia đình các nhạc sĩ có trong danh sách tuyển tập này. Kính mong quí vị vui lòng liên lạc với tôi (han.le3359@gmail.com) để tôi thực hiện nghĩa vụ của mình đối với các nhạc sĩ hay gia đình các nhạc sĩ.

Đây chỉ là một sưu tập có tính cách văn nghệ dành cho các bạn yêu nhạc, và cũng có thể truyền lại cho con cháu trong các đời sau, hoàn toàn không nhằm vào việc kinh doanh.

Trân trọng cám ơn .

Lê Hân

MỤC LỤC

Ai lên xứ hoa đào *(Hoàng Nguyên)*	14
Anh cho em mùa Xuân *(Nguyễn Hiền – Kim Tuấn)*	16
Bài tango mùa Xuân *(Nguyễn Bách)*	18
Bản đàn Xuân *(Lê Thương)*	20
Bến đàn Xuân *(Ngọc Bích)*	21
Bến Xuân *(Văn Cao)*	22
Bến Xuân xanh *(Dương Thiệu Tước)*	24
Cánh nhạn đầu Xuân *(Mai Châu – Hoàng Oanh)*	26
Cánh thiệp đầu Xuân *(Lê Dinh – Minh Kỳ)*	28
Câu ca Xuân *(Lê Quốc Thắng)*	29
Câu chuyện đầu năm *(Hoài An)*	30
Chiều Xuân *(Ngọc Châu)*	32
Chúc Xuân *(Thanh Sơn)*	34
Dịu dàng hương Xuân *(Lê Quốc Thắng)*	36
Đám cưới đầu Xuân *(Trần Thiện Thanh)*	38
Đầu Xuân lính chúc *(Tân An – Hoài Linh)*	40
Đêm Xuân *(Phạm Duy)*	42
Đếm từng mùa Xuân *(Lê Quốc Thắng)*	44
Điệp khúc mùa Xuân *(Quốc Dũng)*	46
Đoản ca Xuân *(Thanh Sơn)*	48
Đón Xuân *(Phạm Đình Chương)*	50
Đón Xuân này nhớ Xuân xưa *(Châu Kỳ)*	52

Đồi vắng chiều Xuân *(Tần Thiện Thanh)* 54
Em còn nhớ mùa Xuân *(Ngô Thụy Miên)* 56
Em đã thấy mùa Xuân chưa *(Quốc Dũng)* 58
Em đến thăm anh đêm 30 *(Vũ Thành An)* 60
Gác nhỏ đêm Xuân *(Minh Bằng – Lê Dinh)* 62
Gái Xuân *(Từ Vũ)* 64
Giáng Xuân *(Dương Thiệu Tước)* 66
Gió mùa Xuân *tới (Hoàng Trọng)* 68
Gọi Xuân *(Trần Quốc Dũng)* 70
Góp lá mùa Xuân *(Trịnh Công Sơn)* 72
Hạnh phúc đầu Xuân *(Minh Kỳ - Lê Dinh)* 74
Hạt mưa mùa Xuân *(Trương Ngọc Ninh)* 76
Hoa cỏ mùa Xuân *(Bảo Chấn)* 78
Hoa Xuân *(Phạm Duy)* 80
Hoa Xuân ca *(Trịnh Công Sơn)* 82
Hoa Xuân đất Việt *(Nguyễn Văn Thương)* 84
Khúc hát thanh xuân *(lời Việt: Phạm Duy)* 86
Khúc nhạc ngày Xuân *(Nhật Bằng)* 88
Lát thư ngày Tết *(Trần Long Ấn)* 90
Lắng nghe mùa Xuân về *(Dương Thụ)* 92
Lên đồi chiều Xuân xưa *(Nguyễn Văn Hiền)* 94
Lời tỏ tình mùa Xuân *(Thanh Tùng)* 96
Ly rượu mừng *(Phạm Đình Chương)* 98
Mơ Xuân thanh bình *(Ngọc Bích)* 102

Mộng chiều Xuân *(Ngọc Bích)* 104
Mùa hoa anh đào *(Thanh Sơn)* 106
Mùa Xuân của mẹ *(Trịnh Lâm Ngân)* 108
Mùa Xuân cưới em *(Mặc Thế Nhân)* 110
Mùa Xuân đầu tiên *(Quốc Dũng)* 112
Mùa Xuân đầu tiên *(Tuấn Khanh)* 114
Mùa Xuân đầu tiên *(Văn Cao)* 116
Mùa Xuân gọi *(Trần Tiến)* 118
Mùa Xuân gửi em *(Minh Kỳ - Lê Dinh)* 120
Mùa Xuân lá khô *(Trần Thiện Thanh)* 122
Mùa Xuân ơi *(Nguyễn Ngọc Thiện)* 124
Mùa Xuân sao chưa về hỡi em *(Trường Sa)* 126
Mùa Xuân trên cao *(Trầm Tử Thiên)* 128
Mùa Xuân trên đỉnh bình yên *(Từ Công Phụng)* 130
Mùa Xuân *trong đôi mắt em (Đức Huy)* 132
Mùa Xuân và tình yêu *(Trường Sa)* 136
Mùa Xuân và tình yêu em *(Từ Công Phụng)* 138
Mùa Xuân *yêu em (Phạm Duy – Đỗ Quý Toàn)* 140
Mùa Xuân yêu thương *(Nhất Sinh)* 142
Mưa Xuân mới *(Hà Phương – Liêu Hoàng Anh)* 144
Nàng Xuân *(Minh Châu)* 146
Nắng còn Xuân *(Đức Trí)* 148
Nếu Xuân này vắng anh *(Bảo Thu)* 150
Ngày Xuân *vui tươi (Quốc Anh)* 152

Nhớ một chiều Xuân *(Nguyễn Văn Đông)* 154
Nụ cười Sơn Cước *(Tô Hải)* 156
Nụ Tầm Xuân *(Phạm Duy)* 158
Phiên gác đêm Xuân *(Nguyễn Văn Đông)* 160
Ru em từng ngón Xuân nồng *(Trịnh Công Sơn)* 162
Rộn ràng Xuân *(Mạc Thế Nhân)* 164
Tâm sự nàng Xuân *(Hoài Linh)* 166
Tâm sự ngày Xuân *(Hoài An)* 168
Thành phố mùa Xuân *(Trịnh Công Sơn)* 170
Thì thầm mùa Xuân *(Ngọc Châu)* 172
Thư Xuân *(Nguyễn Đào Nguyễn – Viễn Chinh)* 174
Tình khúc mùa Xuân *(Ngô Thụy Miên)* 176
Tình tự mùa Xuân *(Từ Công Phụng)* 178
Tình Xuân *(Vũ Thành)* 180
Tuổi thơ đón Xuân *(Đinh Công Lý & Huỳnh)* 182
Xác pháo nhà ai *(Lê Dinh)* 184
Xuân ca *(Phạm Duy)* 186
Xuân chiến khu *(Xuân Hồng)* 188
Xuân đã về *(Minh Kỳ)* 192
Xuân hành *(Phạm Duy)* 194
Xuân họp mặt *(Văn Phụng)* 196
Xuân miền Nam *(Văn Phụng – Tuấn Nghĩa)* 202
Xuân muộn *(Hoài Linh)* 204
Xuân này anh không về *(Bảo Thu)* 206

Xuân này con không về *(Trịnh Lâm Ngân)* 208

Xuân tha hương *(Phạm Đình Chương)* 210

Xuân và tuổi trẻ *(La Hối – Thế Lữ)* 212

Xuân về *(Hoàng Quý)* 214

Xuân về *(Thẩm Oánh)* 216

Yêu em mùa Xuân *(Bùi Công Thuấn)* 218

AI LÊN XỨ HOA ĐÀO

Hoàng Nguyên

Bolero
C F
Ai lên xứ Hoa Đào dừng chân bên hồ nghe chiều
....lên xứ Hoa Đào đừng quên bước lần theo đường
C Dm F G7
rơi. Nghe hơi giá len vào hồn người chiều xuân mây êm
hoa. Hoa bay đến muôn người ngại ngần rồi hoa theo chân
C F C
trôi. Thông reo bên suối vắng, lời dặt dìu như tiếng tơ. Xuân
ai. Đường trần nhìn hoa bướm rồi lòng trần mơ bướm hoa. Lâng
Dm C Am
đi trong mắt biếc lòng dạt dào nên ý thơ. Nghe
lâng trong sương khói rồi bàng hoàng theo khói sương. Lạc
Dm G G7
1.
tâm tư mơ ước mộng Đào Nguyên đẹp như chuyện ngày xưa. Ai....
dần vào quên lãng rồi đường hoa lặng bước trong lãng.....
C C Em A7 Dm
2.
.....quên. Ôi! Mầu Hoa Đào, mầu hoa Đào chiều xuân

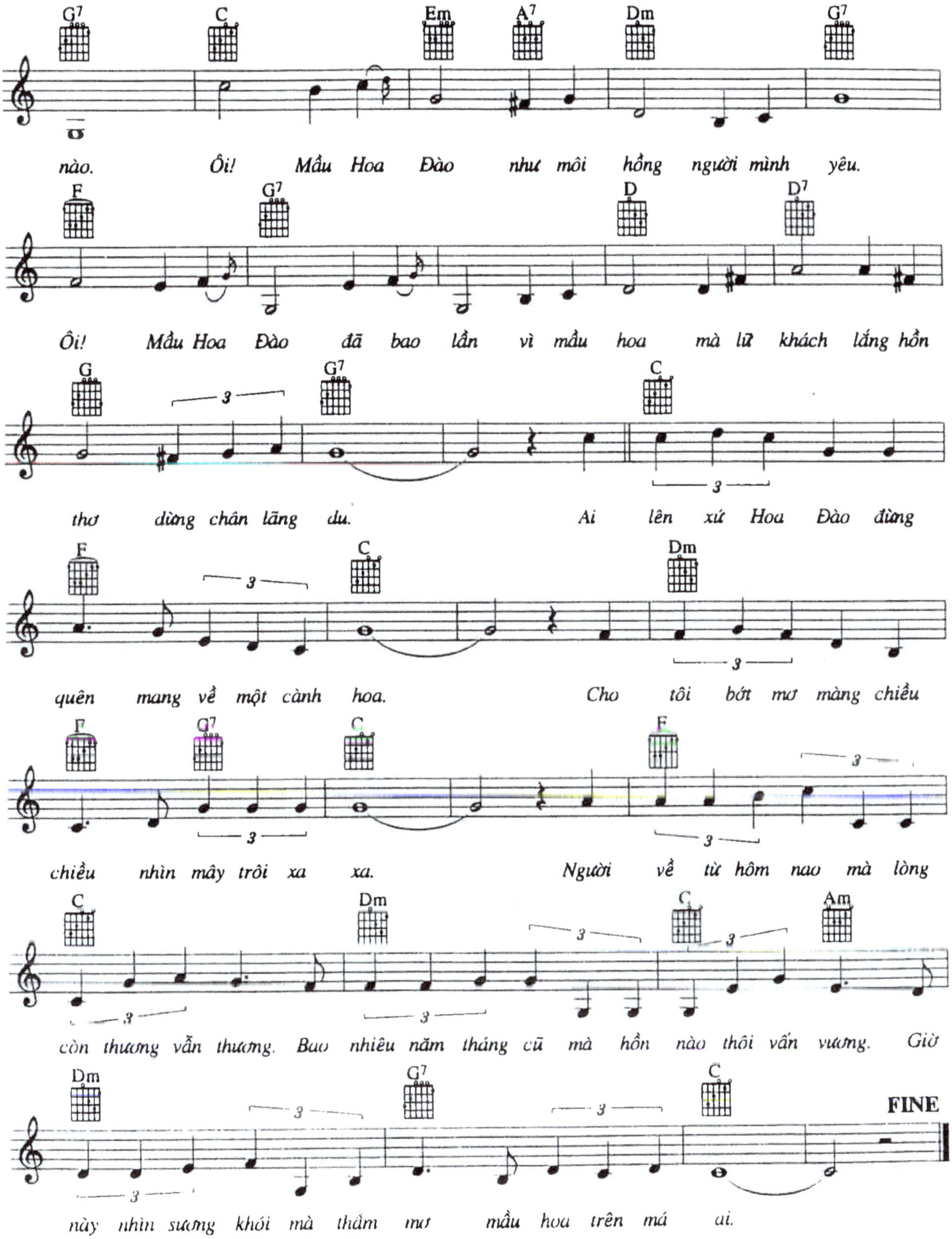
G7 C Em A7 Dm G7
nào. Ôi! Mầu Hoa Đào như môi hồng người mình yêu.
F G7 D D7
Ôi! Mầu Hoa Đào đã bao lần vì mầu hoa mà lữ khách lắng hồn
G G7 C
thơ dừng chân lãng du. Ai lên xứ Hoa Đào đừng
F C Dm
quên mang về một cành hoa. Cho tôi bớt mơ màng chiều
F G7 C F
chiều nhìn mây trôi xa xa. Người về từ hôm nao mà lòng
C Dm C Am
còn thương vẫn thương. Bao nhiêu năm tháng cũ mà hồn nào thôi vấn vương. Giờ
Dm G7 C
FINE
này nhìn sương khói mà thầm mơ mầu hoa trên má ai.

ANH CHO EM MÙA XUÂN

Nguyễn Hiền - Kim Tuấn

Tango Habanera
A
Anh cho em mùa Xuân, nụ hoa vàng mới
.....Xuân, mùa Xuân này tất
D
A
nở, chiều Đông nào nhung nhớ. Đường lao xao lá
cả, lộc non vừa trẩy lá. Lời thơ thương cõi
F#m
A
E7
1.
đầy, chân bước mòn hè phố mắt buồn vin ngọn cây.
đời, bầy chim lùa vạt.....
A
E7
A
2.
Anh cho em mùa...
.....nắng trong khói chiều chơi vơi.
E7
A
Đất mẹ gầy có lúa. Đồng ta xanh mấy
F#m
Bm
mùa. Ngoài đê diều căng gió, thoảng câu hò đôi

A
D
lửa. Trong xóm vang chuông chùa. Trăng sáng soi liếp
A
F#m
dừa. Con sông dải mấy nhánh. Cát trắng bờ quê
E7
A
xưa. Anh cho em mùa Xuân, trẻ nô đùa khắp
.....Xuân đường hoa vào phố
D
A
trời niềm yêu đời phơi phới. Bàn tay thơm sữa
nhỏ nhạc chan hòa đây đó. Tình yêu non nước
F#m
A
E7
3.
ngọ, giải đất hiền chim hót, mái nhà xinh kề nhau.
nẩy bài thơ còn xao.....
A
E7
A
4.
Anh cho em mùa.....
.....xuyến rung nắng vàng ban mai.
A
Anh cho em mùa.... .....mai. Anh cho em mùa
CODA
E7
A
FINE
Xuân. Nhạc thơ tràn muôn lối.

Bài Tango mùa Xuân

Nhạc và Lời: NGUYỄN BÁCH

To Moderato
Introduction....
Rồi mùa đông tàn hơi giá Để mùa xuân về trong
Ngày dần trôi thuyền viễn xứ. Lòng hoài mong mùa xuân
ta. Người tình sao nhìn Em rất lạ, mắt Chàng
xưa. Mầu thời gian rồi sẽ úa tàn, nghĩ gì
vương buồn, tháng ngày qua. Một lòng Em ngàn thương
hỡi Chàng, với tình thơ? Đời còn bao mùa xuân
nhớ. Gửi về Anh tình trong thơ. Người tình ơi, dừng chân
tới? Tình con bao lần chơi vơi. Dù mùa xuân về trong

bước lại, dẫu thời gian dài Em vẫn chờ.
đất trời, vắng Chàng Em buồn, xa vắng ơi.
Mùa xuân tươi của đất trời. hôm nay mới lại về.
Lòng em như đã lâu rồi. Rộn rã mùa xuân
tươi. Từ lúc mới biết yêu là
Rực rỡ bao sắc hoa. Cùng nắng lung linh trước
D.S.
thềm, Nở mãi trong vườn xuân em.
Fine

BẢN ĐÀN XUÂN

Nhạc và lời : **LÊ THƯƠNG**

Modto con Expressivo
I— Đàn xuân tủi lòng nấy cung đợi mong
II — Đàn ca cảnh vườn Nhủ hoa thả hương
III— Đàn bao tuổi rồi đàn ca chẳng ngơi
Reo ai oán trong khuê phòng Tình tang tang tính tính tình Tình tang
Hương hoa luyến theo cung đàn Tình tang tang tính tính tình Tình tang
Bao giây đứt trong quãng đời Tình tang tang tính tính tình Tình tang
tang tính tính tình Lạnh lùng hơn gió ngoài đồng Ngồi se chỉ
tang tính tính tình Để cùng bay khắp trần hoàn Lời hoa kể
tang tính tính tình Của tình duyên số mạng người Đàn ca nửa
hồng Hỏi ai hiểu không Tiếng oanh muốn
rằng : nhiều đêm rạng trăng Thấy ai ướm
lời Để cung nhẹ lơi Có dây nắn
nhắn lời thay những tiếng ngân Như chiếc bóng người
má hồng ru những tiếng êm Hoa cũng muốn trời
tiếng cười dây nắn tiếng than Dây nắn tiếng trầm
chưa dám nhấc chân Chờ tin thơ chim hoàng oanh đưa Còn
cho có trái tim Để yêu riêng nhân tình hoa — Và
dây nắn tiếng vang Tùy theo dây tơ tình tơ duyên Và
xa bay trong áng sương mờ .
xuân tươi , tươi đến muôn mùa .
theo dây lưu luyến u huyền .

Bến đàn xuân

Ngọc Bích

Lênh đênh theo gió hồn về đâu Chơi
vơi trong khúc nhạc vương sầu Mùa xuân đến mơ dáng em
về Nụ cười đê mê bên làn tóc thề Mênh mang thương nhớ trôi về
đâu Xa em anh nhớ mùa trăng nào Đời phiêu lãng theo sóng giang
hồ từ ngàn kiếp xưa neo thuyền bến mơ Đàn ơi lên khúc yêu
rồi Hồng lả lơi say với làn môi Người xa ân tình chớ
phai Chốn dương trần đừng theo lệ rơi Phiêu linh theo áng mây về
đâu Yêu em trong mối tình tươi màu Ngừng dây gió cho nhấn đôi
lời Gửi cùng ánh sao cung đàn nhớ nhau.

BẾN XUÂN

Văn Cao

Slow
Nhà tôi bên chiếc cầu soi nước. Em đến tôi một lần. Bao lũ chim rừng hợp đàn trên khắp bến xuân. Từng đôi rung cánh trắng ríu rít ca u ú ù u ú. Cành đào hoen nắng chan hòa! Chim ca thương mến chim ngân xa u ú ù u ú Hồn mùa ngây ngất trầm vương. Dìu nhau theo dốc mới nơi ven
Nhà tôi sao vẫn còn ngơ ngác. Em vắng tôi một chiều. Bến nước tiêu điều còn hằn in nét đáng yêu. Từng đôi chim trong nắng khe khẽ ru u ú ù u ú. Lệ mùa rơi lá chan hòa! Chim ca thương nhớ chim ngân xa u ú ù u ú. Hồn mùa ngây ngất về đâu. Người đi theo mưa gió xa muôn

B♭ F B♭
đồi. Còn thấy chim ghẹn lời âu yếm. Tới
trùng. Lần bước phiêu du về bến cũ. Tới
D7
đây chân bước cùng ngập ngừng. Mắt em như dáng thuyền soi
đây mây núi đồi chập chùng. Liễu dương hơ tóc vàng trong
F D7
nước. Tà áo em rung theo gió nhẹ thẹn thùng
nắng. Gột áo phong sương du khách còn ngại ngùng
Gm G C
ngoài bến xuân. Sương mênh mông che lấp kín non
nhìn bến xuân.
G D7 G
xanh. Ôi! Cánh buồm đâu còn trên lớp sóng xa.
C G
Ai tha hương nghe ríu rít oanh ca. Cánh nhạn vào mây thiết
Em D7 G
FINE
tha. Lưu luyến tình vừa qua.....

Bến xuân xanh

Nhạc và lời: DƯƠNG THIỆU TƯỚC

Ngày Xuân êm ấm Nắng Xuân tưng bừng Hoa phô màu
thắm Bướm bay quyến luyến hoa dịu dàng Bầy chim ríu rít
Vui ca trên cành Thấy Xuân vừa tới Hót vang chào mừng
Xuân khắp nơi Gió dâng trầm hương Tình hoa theo gió bốn
phương Say sưa trong bầu trời Xuân tưng bừng tràn lan bao sáng
tươi Hồn Xuân duyên dáng Sóng Xuân nhẹ nhàng
1.
Lướt trên làn nước Gió đưa thuyền trôi về Bến Xuân Xanh.
2.
Xanh. Mài chèo nhịp nhàng buông theo dòng nước Sóng Lam mơ
màng Đâu thoảng nghe tiếng ca ngân tình tứ Lướt du thuyền

mơ Tiếng đàn trầm hòa khúc nhạc đầm ấm Thiết tha mê
hồn Đây khách du xuân lòng bâng khuâng say nhạc Xuân nồng nàn
Nghiêng nghiêng nương sóng vờn vờn Hồn thanh xuân tìm
theo thuyền mơ Êm êm lướt trên sóng xuân Này đây bến xuân
đầy tình thơ Chơi vơi mây nước mênh mang Nguồn thơ
xuân triền miên lai láng Lâng lâng nhạc lắng du dương
Tình ngày Xuân dày hương Đây trên bến Xuân thướt
tha Bóng Xuân về yêu kiều bên ngàn hoa Phô màu
thanh sắc tươi Nhờ gió mây gieo niềm âu yếm Đây trên
bến xuân ước mơ Bóng Xuân về yêu kiều như nàng thơ
Cho ngày xanh chứa chan Đầy ánh dương huy hoàng.

CANH NHAN
ĐẦU
XUÂN
Cánh Nhạn
ĐẦU XUÂN
Mai Châu Hoàng Oanh
BOLERO

nay anh đón phút giao thừa thiếu em bên cạnh anh. Nhìn màu hoa năm
xưa và lòng anh thầm ước, ước gì ta bên nhau. Đừng sầu chi em
đi, khi đất nước đang cần những thân trai hùng anh. Dù giờ ta xa
nhau để rồi mai xuân tới mình sẽ xum vầy. Từ nghìn năm
xưa có ai mà không buồn lúc phân ly. Hoa xuân vẫn
đẹp, màu hoa huyền bíu mang nhiều thương nhung nhớ. Gửi cánh chim
trời lời thơ câu chúc, quà xuân mang tình thương đến với em quê nhà trọn vẹn hương
xuân không còn buồn lên mắt vẹn giữ câu thề.

Cánh thiệp đầu Xuân.

Lê Dinh & Minh Kỳ

Hoa lá nở thắm đẹp làn môi hồng Xuân đến
...gì đây vào mùa xuân này Khi nắng
rồi đây nào ai biết không Mang những hoài mong đi vào ngày tháng Bao nhiêu mơ
vàng tươi nhuộm vàng tóc ai Khi gió nhẹ lay hoa đào hồng thắm Trong khi xuân...
1.
2.
ước đến khi mùa xuân sang Tôi chúc... ...ấm mới tto đẹp tháng năm Tôi chúc
muôn người được nhiều ước muốn Non nước vinh quang trong tia nắng thanh bình Để người anh lính
chiến Quay về gia đình tìm vui bên lửa ấm Tôi chúc yên lành người người khắp
chốn Mong gió đưa duyên cho cô gái xuân thì Ước nguyện sao chóng thành rượu nồng đưa
duyên Tôi chúc ngày mai dù đường xa vời Trai gái
...rồi đây người về phương nào Cho dẫu
bền duyên đẹp tình lứa đôi Cho bướm vàng bay trên nẻo đường mới Vai bên vai
thời gian lạnh lùng bước mau Mong ước ngày sau như là ngày trước Tay trong tay...
1.
2.
những lúc tâm tình lên khơi Tôi chúc... ...nhớ lúc trao thiệp đầu xuân.

Câu ca Xuân.

Lê quốc Thắng

Xuân đến trong thanh bình đến trong mọi nhà mùa xuân thắm
tươi Xuân thiết tha yêu đời đến bao tiếng cười mùa xuân vời
vợi Xuân reo vui từng khúc hát bên cây đàn
Câu ca yêu mùa xuân đến trong lòng người Vui bên nhau bên
nhau mừng khúc hát hát khi xuân về Trao câu ca xuân
1.
2.
vui mừng xuân đến đến trong tình yêu ...yêu.

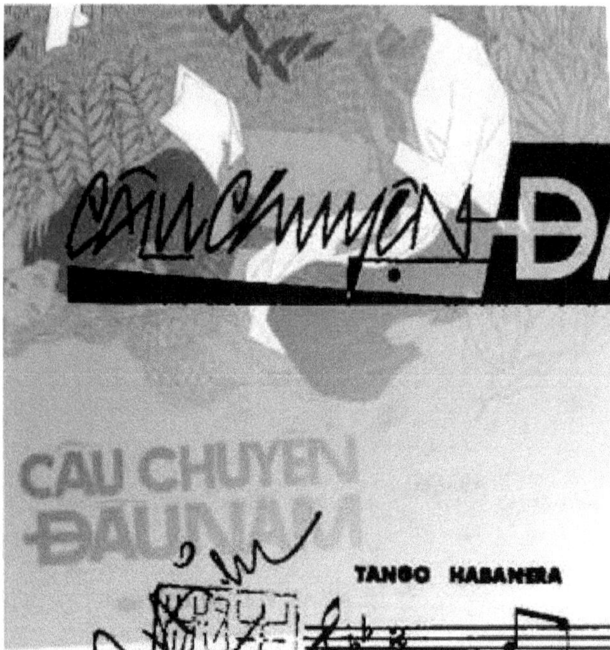
CÂU CHUYỆN
ĐẦU NĂM

CÂU CHUYỆN ĐẦU NĂM

Hoài-An

TANGO HABANERA
Trên đường đi lễ Xuân đầu năm.
Qua một năm ruột rối tơ tằm Năm mới nhiều ước vọng chờ
mong, May nhiều rủi ít ngóng trông, vui cung pháo nổ rượu hồng.
Ta cùng nhau đón thêm mùa xuân, Xuân dù thay đổi biết bao
lần. Xin khấn nguyện kết chặt tình thân, vin cành lộc những bâng-

Kiểm-duyệt số 3847 XB ngày 24-12-1964

khuâng, năm nầy chắc gặp tình quân ! Xuân mang niềm tin
tới Bao la nguồn yêu mới như hoa mai nở phơi phới. Thế - gian thay nụ
cười đón cho nhau cuộc đời trên đất mẹ vui khắp nơi. Xuân reo lạc khắp
chốn. Xuân đi rồi xuân đến cho dân - gian đầy lưu - luyến. Đón thư nơi trận
tiền, Viết thư thăm bạn hiền một lời nguyện xin chớ quên.
Mong đầu năm cuối năm gặp may, Gia - đình luôn hạnh-phúc với
đầy Trên bước đường danh lợi rồng mây Duyên vừa đẹp ý đắp
xây, Ôm nàng Xuân đẹp vào tay !
FINE

« CÂU CHUYỆN ĐẦU NĂM » CỦA HOÀI AN
ẤN PHẨM SỐ 81 CỦA TẬP « 100 BÀI CA HAY »

Chiều xuân

Nhạc và lời : NGỌC CHÂU

Em D G Em
Có một chiều chiều xuân như thế. Nắng ngập tràn hồn
D G
em ngất ngây mùa xuân mùa
Em D / Em Am
xuân. Có bao giờ chân
D G
trời xanh thế Như mắt em lần đầu gặp anh

Am
C
B
Má em hồng hoa đào tươi thắm
Như tình yêu như
B7
Em
mùa xuân đến.
Mỗi khi xuân về làm
D
Bm
C
D
hồng môi em
Nắng xuân rơi đầy chiều vàng rực rỡ
Em
D
Bm
Đến bên em ngồi thì thầm khẽ hát
câu tình yêu Ôi
Em
Am
chiều xuân.
Ôi
C
Em
chiều
xuân.

Chúc xuân

Nhạc và lời: THANH SƠN

Cha Cha Cha
Từ trăm năm mùa xuân đem niềm
Một năm qua dù bôn ba hỏi
vui cho đời. Ngàn tiếng hát, ngàn câu thơ mùa
ai xa nhà. Về đây bên mùa xuân phút hàn
xuân gọi mời Hạnh phúc đến muôn nhà và người người
huyên đậm đà. Từng góc phố, quê làng nụ cười trẻ
tay bắt mặt mừng, cầu chúc an khang đầu xuân. (Một)
thơ áo xanh vàng, cùng...
1.
2.
...đón chúa xuân huy hoàng. Hãy chúc đất nước bình an khắp

trên quê hương. Nâng ly hân hoan chào mừng Sĩ,
Nông, Công, Thương. Nắng ấm gió mát làm ngây ngất
đôi uyên ương. Mùa xuân ơi! xuân ơi! Lòng
đắm đuối chới với! Cầu chúc dưới trời thiêng liêng mùa
xuân thanh bình. Đời áo ấm người cơm no đoàn
viên gia đình. Và cứ mỗi xuân về tràn trề niềm
vui nói thay lời: Cùng hát CHÚC XUÂN muôn đời.

Dịu dàng hương xuân

Lê quốc Thắng

Gió thoảng nhẹ nhàng đưa hương nắng vui trên lá hiền
...thấm dịu dàng phố xuân lối đi che khắp lối
hoà Mua xuân đến với em trong yêu thương và những ước
về Mùa xuân đến với em trong câu ca dệt những niềm...
1.
mơ Cánh én về theo tháng năm khúc hát gọi mùa xuân
sang Nhành mai hé nở bên lá xanh cho nụ cười Sắc...
2.
...vui Nước biếc dòng sông thơ ngây trẻ lại hàng cây xôn xao nhìn
trong ánh mắt của mùa xuân đẹp những vườn thơ
Trong tim em nhẹ rung như tiếng đàn ngân vang mãi với tiếng hát dịu
êm cho Mẹ hiền cho em thơ Mùa xuân đến với quê hương và mùa xuân vẫn bên
em từng ngày đi tới trong cuộc đời của tuổi mộng mơ.

ĐÁM CƯỚI ĐẦU XUÂN

TRẦN THIỆN THANH

BOLÉRO

Ngày xưa ngày xưa đôi ta chung nón đôi ta chung
(Rồi một ngày) kia em khoe áo mới xanh hơn mây
đường. Lên 6 lên 5 đôi ta cùng sách đôi ta cùng
trời. Hai đứa chung vui khi xuân vừa tới thơ ngây cuộc
trường. Đường qua nhà em, nghiêng nghiêng sân nắng nghiêng nghiêng mây
đời. Trò chơi trẻ con : em cô dâu mới chưa nghe nặng.
1°
hồng Chiều nao đuổi bướm, bướm bay vô vườn (mà) nước mắt rưng
2°
rưng Rồi một ngày...
... sầu, Chú rể ngẩn
ngơ ra hái... hoa cà làm quà cưới cô dâu Mười mấy

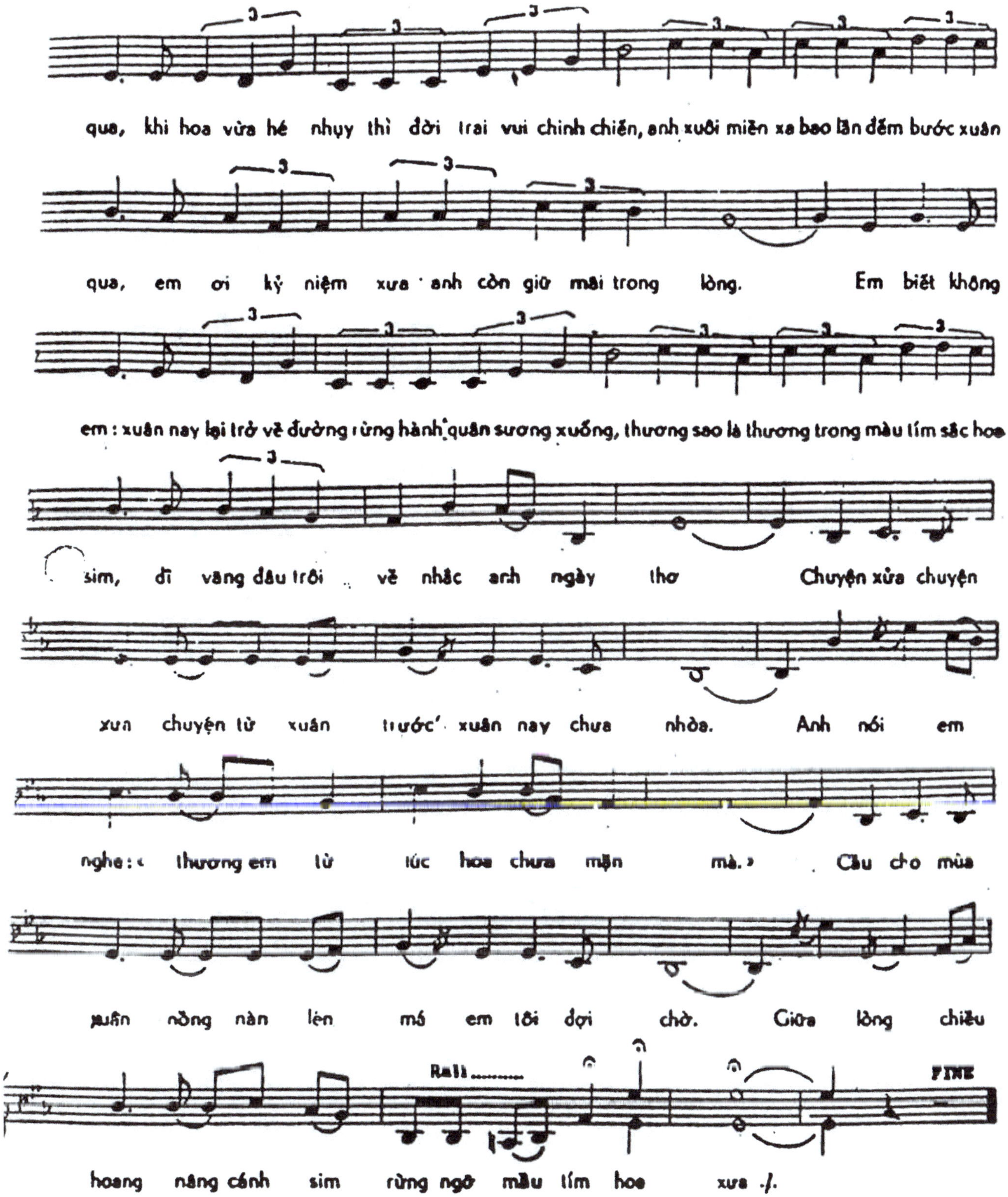
qua, khi hoa vừa hé nhụy thì đời trai vui chinh chiến, anh xuôi miền xa bao lần đếm bước xuân
qua, em ơi kỷ niệm xưa anh còn giữ mãi trong lòng. Em biết không
em : xuân nay lại trở về đường rừng hành quân sương xuống, thương sao là thương trong màu tím sắc hoa
sim, dĩ vãng dâu trôi về nhắc anh ngày thơ Chuyện xửa chuyện
xưa chuyện từ xuân trước' xuân nay chưa nhòa. Anh nói em
nghe : « thương em từ lúc hoa chưa mặn mà. » Cầu cho mùa
xuân nồng nàn lên má em tôi đợi chờ. Giữa lòng chiều
Rall...........
FINE
hoang nắng cánh sim rừng ngợ màu tím hoa xưa ./.

đầu xuân

LÍNH CHÚC

Tân-An — Hoài-Linh

* Đã thu thanh vào dĩa TRƯỜNG-SƠN với giọng ca Trung-Chỉnh, ban nhạc Y-Vân

Beguine - Rock
Ngày đầu Xuân chúc non nước thanh - bình. Ngày mồng
hai chúc cho lứa đôi mình, Và mồng ba anh chúc đôi mắt em
xinh, Mà em hồng nét xuân mãi trong lòng anh. Từ ngoài
biên anh vừa về đến, đôi lời trìu - mến chân-thành chúc em...
Đầu Xuân xin chúc quê-hương yên - bình thành - đô đến nơi đồng-

xanh, Ý lành nước non vươn mầm xanh mới đón Xuân thắm trong niềm vui.
Hương xuân giao hòa nhân thế đẹp mãi. Xuân đem sang giàu cho kiếp nghèo đói.
Tương - lai lên màu như áo ngày cưới, Xuân sang muôn người thấy vui. Người yêu
lính nếu em biết cho rằng Đời quân nhân sống đây đó không
ngừng, Vì như thế năm ngoái sai hứa với em.
Tết không về chắc em ghét anh nhiều lắm, Và giờ đây xuân trời rực-
rỡ, xuân mình vừa nở, em vừa ý chưa ?

Đêm Xuân

Nhạc và lời : Phạm Duy

Chậm và Êm Ái

D F#m Bm
1 Đêm qua say tiếng đàn Đôi chim uyên đến
Em Em G A
giường, Chim báo tin Xuân đã về trong giấc mộng.
D Dmaj7 D7 G Bm
Em yêu câu hát buồn Lả lướt trong màn trăng
Bm E9 Em A11
- Yêu trời thanh vắng - Đón đưa em tới chàng.
Dmaj7 F#m Em
Hồn em chìm đêm tối Tỉnh em còn chơi
Asus4 Bm Gmaj7
vơi Lòng em chưa tàn, Xin

A11
D
A7
đừng nhạt
phai . . .
Đừng nhạt
D
phai . . . .

Chợ Neo-Thanh Hoá 1949

2

Chưa quen nhau lúc đầu
Em nghe theo tiếng sầu
Ôi khúc ca !
Nuôi mối tình muôn sắc mầu.
Em phôi pha tháng ngày
Vì lúc trăng về đây
Có đàn đêm ấy
Đã ru trái tim này.
Hồn em tìm nương náu
Tình em chờ thương đau.
Lòng em chưa tàn
Xin đừng phụ nhau !
Đừng phụ nhau !

Đếm từng mùa xuân.

nhạc : Lê Quốc Thắng
ý thơ : Thường Đoan

Trời Đà Lạt mờ trong sương khói để ai thương
nhớ nỗi nhớ mênh mang Hoa đào hồng trong nắng sớm Pen sée
buồn như vẫn đợi chờ một mùa xuân Trời Đà
Lạt từng con phố vắng còn ai nhớ ai phố êm đềm phố mơ
hồ Tìm một lần để nhớ gió mùa xuân gọi buồn mênh mang
Nắng ấm mùa xuân và gió đến với tình yêu Ai trong nhớ thương vẫn một
mình bên phố mây Ánh mắt gười xa gởi theo gió đánh mất tình ta
Nỗi nhớ đợi chờ từng khúc hát đếm từng mùa xuân.

Điệp khúc mùa xuân

Nhạc và lời : QUỐC DŨNG

Cm
Gió hắt hiu lung linh hoa vàng chờ tia
G7
nắng về trong ánh mùa sang Gió mãi mơn man trên đóa
Cm
môi hồng người em yêu tìm quên trong cuộc sống. Bướm
C
vẫn tung tăng bay la đà mặc trời mây buồn nhẹ trôi thiết

Fm G G7
tha Ánh mắt mơ trông nơi xa vời chờ mùa xuân đến đem nguồn
Cm FINE Fm Cm Fm
vui. Rừng xuân ơi xin lặng gió heo may để chim muông quay về
Cm Fm Cm D7
với muôn cây Tình xuân ơi xin dệt nối yêu thương Từ bao nhiêu năm tình
G Cm Fm
sầu muôn hướng. Này gió hãy cuốn từng lá rơi Và
D♭ E♭ A♭
nắng hãy chiếu màu thắm tươi Cùng những tiếng hát điệu nhạc
Fm A♭ G
dâng chơi vơi dìu hồn ta say trong viễn khơi.

Đoản ca xuân

(1991)

Nhạc và lời: THANH SƠN

Theo nhịp trống múa lân
(hoặc Cha Cha Cha)

Nghe xuân sang thấy trong lòng mình chứa chan.
Xuân ơi xuân vẫn muôn đời yêu mến xuân.
Tiếng pháo vui vang đó đây ôi rộn ràng
Nhắp chén vui ta chúc nhau ly rượu mừng
Kìa mùa xuân đang đến trước thềm gần xa điệu nhạc xuân
Ngày đầu năm hạnh phúc phát tài người người gặp nhiều duyên
êm như bức tranh tô đẹp thêm.
may Xuân thắm tươi hương nồng...
1.
2.
...say.
Ai xuôi ngược trên khắp nẻo quê hương

nhớ quay về vui đón mùa xuân yêu thương.
Lòng rạt rào hồn xuân nao nao. Thật tuyệt vời mùa xuân thanh cao
Ta chúc nhau những gì đẹp nhất lòng nhau.
Đôi uyên ương sánh vai nhịp nhàng thắm xinh
Dưới nắng xuân trông bướm hoa đang tỏ tình.
Còn mùa xuân đem vui đất trời, còn nụ cười nở trên
môi nhân thế luôn mong đợi xuân.

ĐÓN XUÂN

(FOX MODERATO)

Lời và Nhạc :
PHẠM-ĐÌNH-CHƯƠNG

Moderato
A T°
F Am Dm
Xuân đã đến rồi gieo rắc ngàn hồn hoa xuống
C 7 F Am Dm
đời, Vui trong lành - mình muôn loài chim hót vang mọi
Gm C 7 F Am Dm C 7
nơi. Đem trong tiếng cười cho kiếp người tình thương đắm - đuối,
F G 7 C 7 F F 7 dim F F 7 Eb
Ánh xuân đem vui với đời. Kìa trong vạt nắng
Gm
— mạch xuân tràn dâng, Khóm hoa nhẹ rung môi cười thẹn -
Bb Bbm F Am
thùng cùng bao nguồn sống. Bướm say duyên lành Thắm tô trời
Dm
xanh, Bầy chim tung cánh hót vui đón mừng mùa nắng tươi

G 7 G Slang C7 F Am Dm
lan Ta nghe gió về đang thiết - tha như muôn tiếng
C7 F Am Dm
dân, Xuân dâng niềm - vui cho ngày xanh không hoen lài
Dm C7 F Am Dm
than. Sầu thương xóa mờ tình yêu đời càng thêm chan.
C7 F G7 C7 F F dim
chứa. Khát - khao xuân tươi thái - hòa
F FINE F F dim C7 F6 F dim F
PHIÊN-KHÚC
— Cùng đón chúa xuân đang giáng xuống trần. Thế-
G7 C7
gian lắng nghe tình xuân nồng. Kiếp hoa hết phai đời hương
F F F dim C7 F6 F dim F
phấn, Nào ai hững - hờ Xuân vẫn ngóng chờ Tới
G7 C G Slang
poco a poco rall . . .
dây nắm tay cùng ca múa Hát lên đón xuân của tuổi thơ . . .

BẢN " ĐÓN XUÂN " DO TINH-HOA ẤN-HÀNH LẦN THỨ NHẤT. NGOÀI NHỮNG BẢN THƯỜNG CÓ IN THÊM 30 BẢN ĐẶC-BIỆT TRÊN GIẤY QUÝ ĐÁNH DẤU TỪ Đ.X. I ĐẾN XX — T.H. I ĐẾN X ĐỀU CÓ CHỮ KÝ CỦA TÁC-GIẢ VÀ ĐÔNG THIỆN SƠN T.H.

ĐÓN XUÂN NÀY
(tôi) NHỚ XUÂN XƯA
ANH-CHÂU
CHÂU - KỲ
HABANERA
Đón xuân này tôi nhớ xuân xưa Một chiều xuân em đã hẹn
hò... Như mối tình trong cánh hoa mơ, khói hương theo làn
gió, em bảo rằng nên viết thành thơ... Đón xuân này tôi nhớ xuân xưa
Hẹn gặp nhau khi pháo giao thừa. Em đứng chờ tôi dưới song
anhchâuchâukỳ
NHỚ XUÂN XƯA
CẤM TRÍCH DỊCH, IN LẠI,
HOẶC THAY ĐỔI LỜI CA

thưa, tôi đi qua đâu ngõ hỏi nhau thầm xuân đã về chưa?
Xuân đến xuân đi, xuân về gieo thương nhớ, xuân qua để tôi
chờ Xuân đến xuân đi, xuân về mơn lá hoa, xuân qua rung đường
tơ .. Bước sông hồ như đắm như mơ Trở về đây khi gió sang
mùa Mong ước tìm cô gái xuân xưa cho vơi bao niềm
nhớ có đâu ngờ xuân vắng người thơ. (Đón xuân này tôi nhớ xuân) thơ.

Đón Vàng Chiều Xuân

Trần-thiện-Thanh

Đón vàng chiều xuân
Biguine Rock

Kiểm duyệt số ... ngày 15-12-64

EM CÒN NHỚ MÙA XUÂN

NHẠC VÀ LỜI : NGÔ THỤY MIÊN

SLOW ROCK
Em có bao giờ còn nhớ mùa Xuân Nhớ tháng năm xưa của tuổi dại
khờ Nhớ tiếng dương cầm giọng hát trẻ thơ Có thấy bơ vơ ngày tháng đợi
chờ Nơi ấy bây giờ còn có mùa Xuân Có giáng nghiêng nghiêng nụ cười thật
gần Có mắt nai vàng ngời sáng tình xanh Em có bao giờ thấu cho lòng
anh Trời Sai - gon chiều hôm nay còn nhiều mây bay, nhiều niềm
đau thương bi hận tràn đầy Gượng nụ cười giọt lệ trên môi Nhìn

đất nước tơi bời Một thời em có hay Những thành
phố em sẽ đi qua Đây Pa - ris, đây Luân Đôn đây
Vienne Nhưng có đâu bằng Sài - gòn hôm qua nhưng có đâu bằng Sài - gòn mai
sau Em có mơ ngày hát câu hồi hương. Em nhé khi nào chợt nhớ mùa
Xuân Nhớ lá thư xanh và chuyện tình
hồng Nhớ nắng hanh vàng nhuộm áo Hà
Đông Anh ở nơi này vẫn luôn chờ mong.

Em đã thấy mùa xuân chưa.

Quốc Dũng

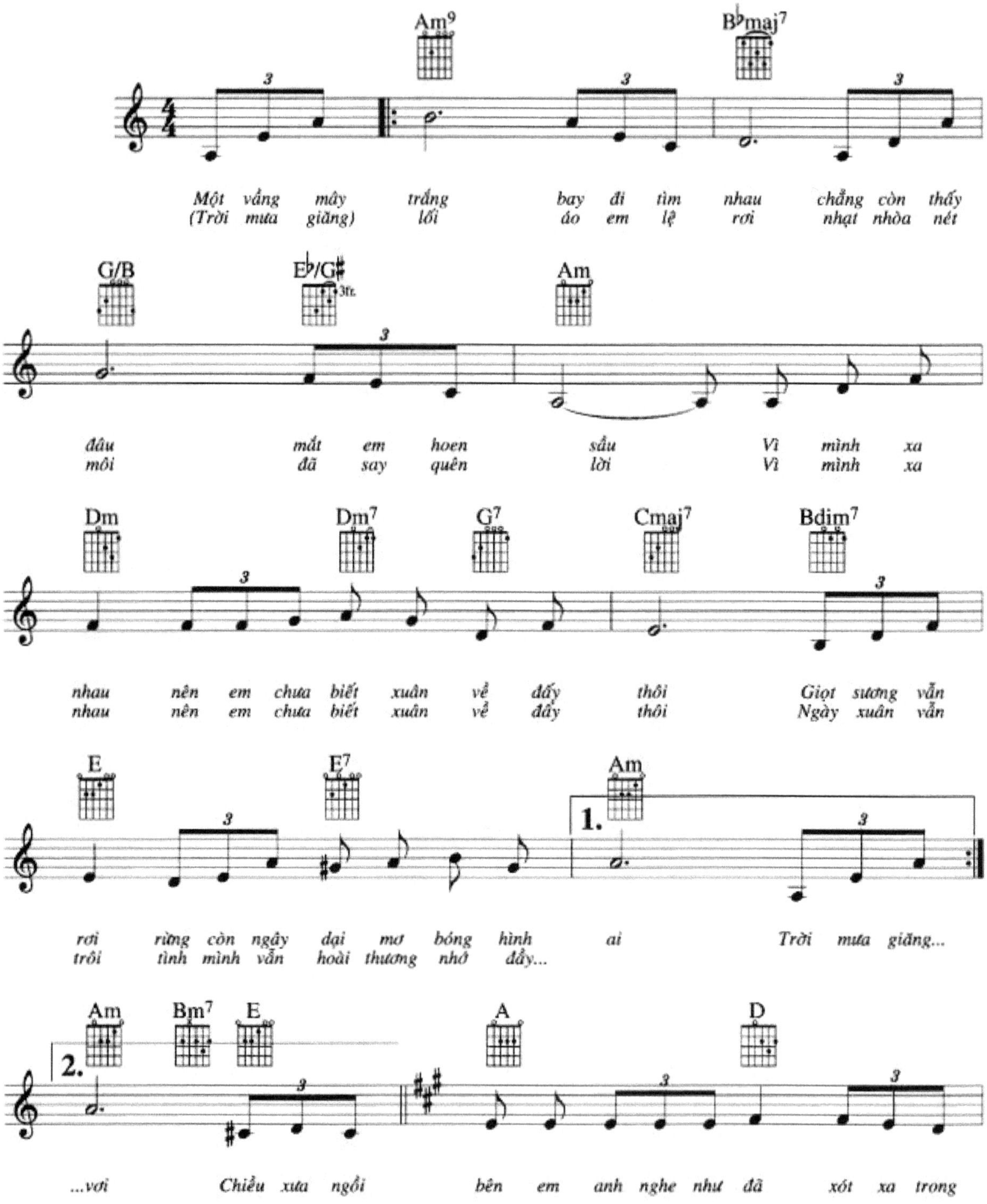
Am9
B♭maj7
Một vầng mây trắng bay đi tìm nhau chẳng còn thấy
(Trời mưa giăng) lối áo em lệ rơi nhạt nhòa nét
G/B
E♭/G♯
3fr.
Am
đâu mắt em hoen sầu Vì mình xa
môi đã say quên lời Vì mình xa
Dm
Dm7
G7
Cmaj7
Bdim7
nhau nên em chưa biết xuân về đấy thôi Giọt sương vẫn
nhau nên em chưa biết xuân về đấy thôi Ngày xuân vẫn
E
E7
Am
1.
rơi rừng còn ngây dại mơ bóng hình ai Trời mưa giăng...
trôi tình mình vẫn hoài thương nhớ đầy...
Am
Bm7
E
A
D
2.
...vơi Chiều xưa ngồi bên em anh nghe như đã xót xa trong

A D
tay mềm Một giây hồn lênh đênh môi em thơm ngát đón đưa cơn
A G F#7 Bm Dm
say tìm Em biết không em anh như bóng mây tìm nơi đổi
A C#+9 3fr. F#m Dm6 E7
bến Đâu bến xa vời mà tình vẫn rơi mây hoài vẫn
A Am9 B♭maj7
trôi Trời dạt dào sóng gió reo mùa đông chìm trong giá
G/B E♭/G# 3fr. Am
băng bóng xuân mịt mùng Vì mình xa
Dm Dm7 G7 Cmaj7 Bdim7
nhau nên xuân vẫn mãi xa vời chốn nao Còn thương nhớ
E E7 Am
nhau còn nặng u sầu muôn kiếp về sau.

EM ĐẾN THĂM ANH ĐÊM 30

Thơ : Nguyễn Đình Toàn

Em đến thăm anh đêm ba mươi còn đêm nào vui bằng đêm ba mươi.
Anh nói với người phu quét đường xin chiếc lá vàng làm bằng chứng yêu em
Tay em lạnh để cho tình mình ấm. Môi em mềm cho giấc ngủ anh

thơm. Sao giao thừa xanh trong đôi mắt ngoan. Trời sắp tết hay lòng mình đang
tết. Tháng ngày đã trôi qua tình cũng phôi pha người khuất xa. Chỉ còn chút
hương xưa rồi cũng phong ba rụng cùng mùa. Dòng sông đêm buồn đen sâu thao
thức. Ngàn vì sao mọc hay lệ khóc nhau. Đá buồn chết theo sau ngày vực
sâu. Rớt hoài xuống hư không cuộc tình đau.

Gác Nhỏ ĐÊM XUÂN

Minh Kỳ Lê Dinh

Bolero lente

Trình bày và
Offset: SÓNGNHẠC 72

Gái xuân

Nhạc và lời: TỪ VŨ

Em như cô gái hãy còn xuân,
trong trắng oanh chưa lấm bụi trần.
Xuân đến hoa mơ hoa mận nở.
Gái xuân giũ lụa trên sông Văn.
Xuân đi xuân đến hãy còn xuân.
Cô gái trông xuân đến bao lần.
Xuân đến hoa mơ hoa mận nở.

Gái xuân giũ lụa trên sông Văn.
Lòng xuân như đỏ má xuân hồng.
Cô gái xuân mơ chuyện vợ chồng.
Đôi tám xuân đi trên mái tóc.
Đêm xuân cô ngủ có buồn không?
Em như cô gái hãy còn xuân
trong trắng oanh chưa lấm bụi trần
Xuân đến hoa mơ hoa mận nở.

Giáng Xuân

Lời: THANH TÂM
Nhạc: DƯƠNG THIỆU TƯỚC

Giáng Xuân về ngàn muôn hoa vì Xuân thắm
(Giáng Xuân) về ngàn muôn hoa vì Xuân thắm
tươi Dưới nắng hồng hương Xuân hòa gió lan tràn khắp
tươi Dưới nắng hồng hương Xuân hòa gió lan tràn khắp
nơi. Xuân êm đềm tuổi thanh xuân càng thêm thắm
nơi. Xuân êm đềm tuổi thanh xuân càng thêm thắm
xinh Như đóa hoa mỉm cười đùa
xinh Như đóa hoa mỉm cười đùa

Nhớ những năm phố phường vang tiếng súng! Nhớ những
Nhớ những năm gian khổ trong kháng chiến! Nhớ những
Đất nước như con tàu đang đi tới. Mỗi bước
đêm đốt lửa đấu tranh! Những ánh nắt như ánh
đêm đốt lửa giữa rừng! Nhớ tiếng hát đêm giao
đi đo bằng phút giây! Muốn chắp cánh bay lên
lửa đang cháy! Đã thắp sáng trong lòng tôi bao điều
thừa năm ấy. Đã gắn bó bên đời tôi như người
bằng tia nắng Thắp sáng mãi bao niềm tin trong lòng...
1.2
3.
lạ! (Ngày tết...) Thắp sáng
bạn! (Ngày tết...)
...người.
mãi bao niềm tin trong từng người!

GIÓ MÙA XUÂN TỚI

Hoàng Trọng

Cha Cha Cha

C
Gió mùa Xuân tới. Cánh hồng phơi phới trong nắng
......tới. Bóng hồng tha thướt trong nắng
Dm G C
1.
vàng. Muôn bướm tung bay. Bao sắc tươi khoe cùng trời sáng.
đào. Kiếp sống cô đơn. Mơ ước ôm trong lòng mùa
G C Em
2.
Gió mùa Xuân......
......Xuân. Xuân gieo khắp nơi. Trời ngát hương
F Am F
3
trầm. Lòng mang vấn vương. Hồn say mộng ước cùng những đóa
C G C
3
3
hoa ấp ủ trái tim tìm những phút say mơ. Giữa mùa hoa thắm.

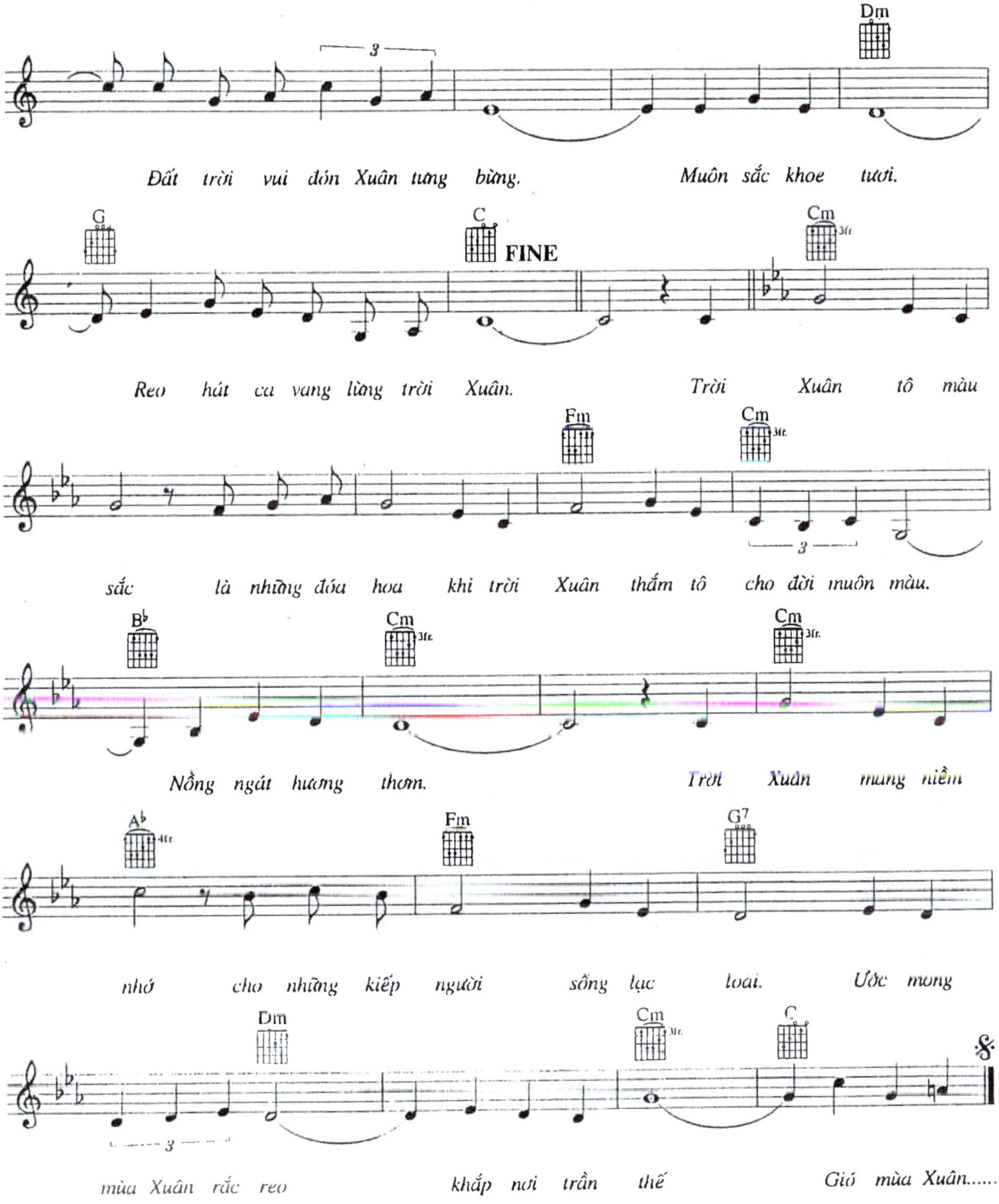
Dm
Đất trời vui đón Xuân tưng bừng. Muôn sắc khoe tươi.
G
C
FINE
Cm
Reo hát ca vang lừng trời Xuân. Trời Xuân tô màu
Fm
Cm
sắc là những đóa hoa khi trời Xuân thắm tô cho đời muôn màu.
B♭
Cm
Cm
Nồng ngát hương thơm. Trời Xuân mang niềm
A♭
Fm
G7
nhớ cho những kiếp người sống lạc loài. Ước mong
Dm
Cm
C
mùa Xuân rắc reo khắp nơi trần thế Gió mùa Xuân......

Gọi Xuân

Xuân ơi tỉnh dậy đi em
Sao em ngủ mãi cho đêm kéo dài

Nhanh - hy vọng
(Disco)

Trần Quốc Dũng

D Bm
Tết Việt Nam rơi vào mùa Đông Đan Mạch. Ở nơi
... đây không thể nào đi hái lộc. Vào *mùa*
Em A7 D G
đây tôi không thấy mai vàng. Không nghe pháo nổ
Đông cây không lá trơ cành. Hai nơi khác giờ
Bm D 1. F#m A7 D
vang. Nếu không xem lịch nào ai biết Tết Việt. Tết ở ...
nhau. Giữa đêm trừ ...
2. A7 D
tịch làm sao đón giao thừa. Tôi vẫn
Bm G Em
mơ, mơ một mùa Xuân vĩnh cửu. Xuân thanh
A7 D A7 D7
bình trên khắp nước Việt Nam. Người Việt tha

G F#m A7
hương xuôi tàu về quê cũ. Ngày đầu
D Bm F#m B7
Xuân thăm hết những người thân. Vui Xuân
Em G A7 D
theo phong tục tập quán ngàn xưa. Nước Việt
Bm
tôi bao giờ mùa Xuân quay lại. Bỏ nơi
Em A7 D G
đây tôi theo gót Xuân về. Xuân sao mãi ngủ
Bm D F#m A7 D
mê? Hỡi Xuân thức dậy! Đàn chim én đang chờ.
F#m A7 D
CODA ĐÀN CHIM ÉN ĐANG GỌI MÙA XUÂN!

* Mùa Xuân đích thực chỉ đến khi Việt Nam được Tự Do Dân Chủ
thật sự, người dân được sống ấm no hạnh phúc và có Nhân Quyền.
Người Việt trong cũng như ngoài nước đang tha thiết Gọi Xuân.
Hy vọng rằng có những đàn Chim Én đang tạo dựng mùa Xuân.

Góp lá mùa xuân

Trịnh Công Sơn

Đều đặn
Người phu quét lá bên đường Quét cả nắng vàng Quét
cả mùa Thu Rừng Thu phơi những cành khô Trăng về sau
hè Ngày thu xanh yếu làn da em nằm ốm chờ.
Người phu quét lá dưới nguồn Quét cả gió nồm Quét cả mùa
Đông Đầu sân hoa - tím - sầu - đông Bèo mang hoa

tím về sông Còn em xanh mướt hồng nhan. Chiều
em ra bến cầu Kinh Người phu quét lá bên đường Quét
cả nắng hồng Quét Hạ buồn tênh. Mầu da em đã nâu
hồng chân nhộn phố phường em về biển xa. Bàn chân thoát
chốn ao tù em về đứng chờ dưới ngọn tình ca. Mùa xuân lót
lá em nằm Lót đầy hố hầm Lót lời đạn bom.. Người
phu thôi quét bên đường Quét chỗ em nằm Quét cả mùa Xuân.

XUÂN
MINH-KỲ & LÊ-DINH
Rumba Boléro
Thấm thoát là đây một mùa Xuân
mới với ngàn cánh mai vàng. Nụ cười trên
môi trên làn má ai đón Xuân tươi vừa sang.
— Biết chúc chi đây khi làn gió Xuân về, giấy trắng ghi
lại đôi giòng nhạc tâm tư làm thơ trao duyên gửi người đôi câu
chúc nhau vào lúc đầu Xuân. Xuân nay tôi
chúc người miền biên cương muôn ngàn câu mến thương, mong Xuân yên
ẤN PHẨM CỦA TINH HOA MIỀN NAM
51 ĐẠI-LỘ TRẦN-HƯNG-ĐẠO SAIGON
VỚI SỰ CỘNG TÁC CỦA MỘT NHÓM
CA NHẠC SỸ THỦ ĐÔ XUẤT BẢN

lành trong bao hương tình để rồi người thêm vui cuộc sống thanh
bình. Xuân nay tôi chúc người người nơi nơi cho bền duyên lứa
đôi như hoa Xuân đời tay trong tay rồi dựng xây ngày hôm
nay cho ngày mai thắm tươi. Chúc tiếp rằng em dù đường xa
cách nhưng mà chớ xa lòng, Người về thương nhau tâm tình luyến
trao ước mong sao dài lâu. Nhớ nhớ hôm nao ước hẹn lúc ban
đầu, mãi mãi ta là đôi bạn lòng bên nhau mình về mai
sau xin đừng quên câu chúc nhau HẠNH PHÚC ĐẦU XUÂN.

NHẠC PHẨM "HẠNH PHÚC ĐẦU XUÂN" CỦA MINH-KỲ & LÊ-DINH TÁI BẢN – BẢN OFFSET NGỌC-SƠN
G.P. SỐ [illegible] BTT/TNVÄCK SAIGON NGÀY [illegible] – NHẠC IN TẠI NHÀ IN NGUYỄN ĐÌNH VƯỢNG. GIÁ [illegible]

Hạt mưa mùa xuân

Nhạc và lời : TRƯƠNG NGỌC NINH

Bm
F#m
Gió đưa trên cành hạt màu mưa xanh cười trong mắt
E7
A
E7
G
ai rộn ràng mùa xuân tới Nước non tháng
Em
Bm
Em
ngày mầm xanh cỏ cây trái tim dâng đầy tình yêu đắm

A Bm E7 A
say Ôi mùa xuân kìa những hạt mưa màu xanh vời vợi
(Ôi) mùa xuân mầm sống sinh sôi hoa trái cuộc đời
D7 G
Đất nước vào xuân rộn rã lòng người Nồng nàn tình
Lửa cháy tình yêu hẹn ước đợi chờ Ngọt ngào hương
D 1. E7 2. E7 F♯m
yêu trào dâng sức sống. Ôi Ngát xanh chân trời
bay mùa xuân đất... ...nước. (Hừ hư hư hừ
Bm F♯m Bm
hạt màu mưa xanh Ngát xanh chân trời hạt màu mưa xanh.
hừ hừ hư hư Hừ hư hư hừ hừ hừ hư hư)

Hoa cỏ mùa xuân

Nhạc và lời : BẢO CHẤN

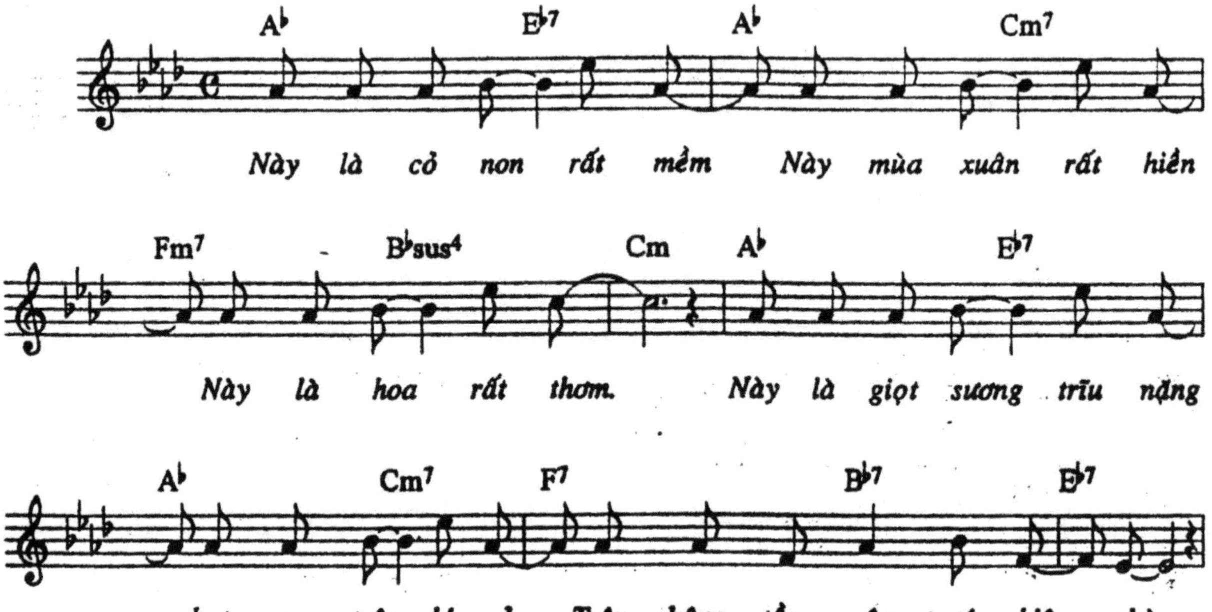

A♭ E♭7 A♭ Cm7
Này là cỏ non rất mềm Này mùa xuân rất hiền
Fm7 B♭sus4 Cm A♭ E♭7
Này là hoa rất thơm. Này là giọt sương trĩu nặng
A♭ Cm7 F7 B♭7 E♭7
hạt ngọc trên lá cỏ Trên bông tắm xuân trước hiên nhà.

Fm Cm7 Fm
Vì em đã biết anh chiều qua Người em vẫn
B♭ E♭7 A♭ B♭sus4
thấy khi nằm mơ Người vừa hiền khô dễ thương
Cm7 Fm7 B♭7 E♭7
lại vừa đẹp trai nhất vùng Đến theo cùng hoa cỏ mùa xuân
A♭ Fm B♭7 E♭m6
Và mùa xuân biết em biết em
A♭ E♭7 Fm B♭7
đã mang một mối tình (Woo...) Biết em
E♭m6 A♭ D♭11 A♭
biết em Thế nên cỏ hoa thật là dễ thương.

Hoa xuân.

Phạm Duy

Xuân vừa về trên bãi cỏ non Gió xuân đưa lá vàng xuôi
nguồn Hoa cười cùng tia nắng vàng son Lũ ong trên đường cánh tung
tròn Hoa chẳng yêu lũ bướm lả lơi
Muốn yêu anh vác cay trên đồi Hay là yêu chiến sĩ nghìn nơi
Thấy hoa tươi cười bỗng thương đời Xuân Hoa còn tươi
mãi Hoa vì thế giới biết sum vầy cuộc vui
Xuân Hoa nở vì ai Tay nhịp bàn tay cùng đắp xây ngày mai
Có một chàng thi sĩ miền quê Ngắt bông hoa biếu người xuân thì
Có một đàn em bé ngoài đê Hát câu i tờ đón xuân về.

Hoa xuân ca

Trịnh Công Sơn

1. Cây sẽ cho lộc, và cây sẽ cho hoa
2. Cây sẽ cho lộc và cây sẽ cho hoa
3. Cây sẽ cho lộc và cây sẽ cho hoa

Em cứ bay trong đời dịu dàng như cơn gió
Em hãy yêu con người ngọt ngào đời vẫn thế
Xuân đến bên kia đồi trời mở ra cánh én
Em cứ bay nhưng đừng bỏ lại tôi một mình.
Em hãy dâng cho đời một nụ hoa tình cợ. U u
Em đến bên tôi ngồi đời mở ra cuộc tình.
u... ... ...
Đời sẽ cho lộc và đời sẽ cho hoa
Đời sẽ cho lộc và đời sẽ cho hoa
Đời sẽ cho lộc và đời sẽ cho hoa
Em mướt xanh như ngọc mà tôi có đâu ngờ.
Em suối kia rất ngọt và tôi đứng hai bờ.
Em líu lo bên đời dạy tôi biết xa gần.

Hoa Xuân đất Việt

Nhạc và Lời: NGUYỄN VĂN THƯƠNG

Nhịp đi

mf
Ngày xuân gieo nguồn trong sáng tưng bừng đây đó. Hương
ngát muôn phương lan bay nương chiều êm gió
mf
Vườn xuân hoa về tươi
thắm điểm trang cánh đào Chim thánh thót đưa tin
mừng nhìn nàng Xuân sang đón chào Vườn Xuân ta là muôn
đóa hoa đời hàm tiếu Hương sắc thanh xuân tô
xinh sơn hà yêu dấu Trời Xuân, ta là đàn

chim tung hoành mây gió Tiếng ca chơi vơi ngân
xa hòa gieo vui sáng khắp nơi. Nhìn điệp điệp trùng
hoa cười trong gương nắng. Nghe êm êm ru gió lướt thơm trên
ngàn. Đời bừng mầu hồng chan hòa tình sông núi
Reo ca lên cho lòng tràn niềm vui Ngày Xuân sang nồng say
hương men mùa chiến thắng Bao lớp hoa niên ra
đi vang lời tranh đấu Đời thanh xuân nguyền dâng
chí khí cho giống nòi Xây đắp trên non sông
Việt một mùa Xuân tươi muôn đời. Ngày... ...đời.

KHÚC HÁT THANH XUÂN
WHEN WE WERE YOUNG

JOHANN STRAUSS
(1833 — 1899)

TEMPO DI VALSE

Ngày ấy khi Xuân ra đời Một trời bình minh
One day when we were young One won - der - ful
có lũ chim vui Có lứa đôi yêu nhau rồi Hẹn
mor - ning in May You told me you love me When
rằng còn mãi không nguôi Nhạc lẳng hương Xuân bồi hồi như
we were young one day Sweet songs of Spring were sung and
vì tình ai tiếng hát lên ngôi Nói với nhau Yêu
mu - sic was ne - ver so gay You told me you

nhau rồi Một ngày còn mới tươi môi ! Rồi nắm tay Cùng
love me When we were young one day You told me You
nói vui Những câu êm êm không rời vai Rồi lả lơi Hình
love me and help me closed to your heart You laughed then You
dáng ai Khuất xa biến vào nẻo khơi Từ đó khi
cried then And came the time to part When songs of
Xuân tái hồi Cho bùi ngùi thương nhớ tới xa xôi Nhớ tới
Spring are sung Re - mem - ber that mor - ning in May Re - mem
câu thương yêu người Một ngày tuổi mới đôi mươi !
ber You loved me When we were young one day.

HÀNỘI 1946

Khúc Nhạc Ngày Xuân

Slow Fox — **Nhật Bằng**

Ngàn hoa thắm tươi hé môi cười mừng chào đón
Xuân Bầy chim tung cánh bay trên muôn cành cùng hót
vang Tình tang tình tang tình tình vang điệu ca mùa Xuân đang
về cùng ta hòa vui thắm tươi Tay cầm tay cầm tay đều
múa điệu theo nhịp ca cùng hát khúc ca Xuân. Xuân
về chim hót ca Hoa nở tưng

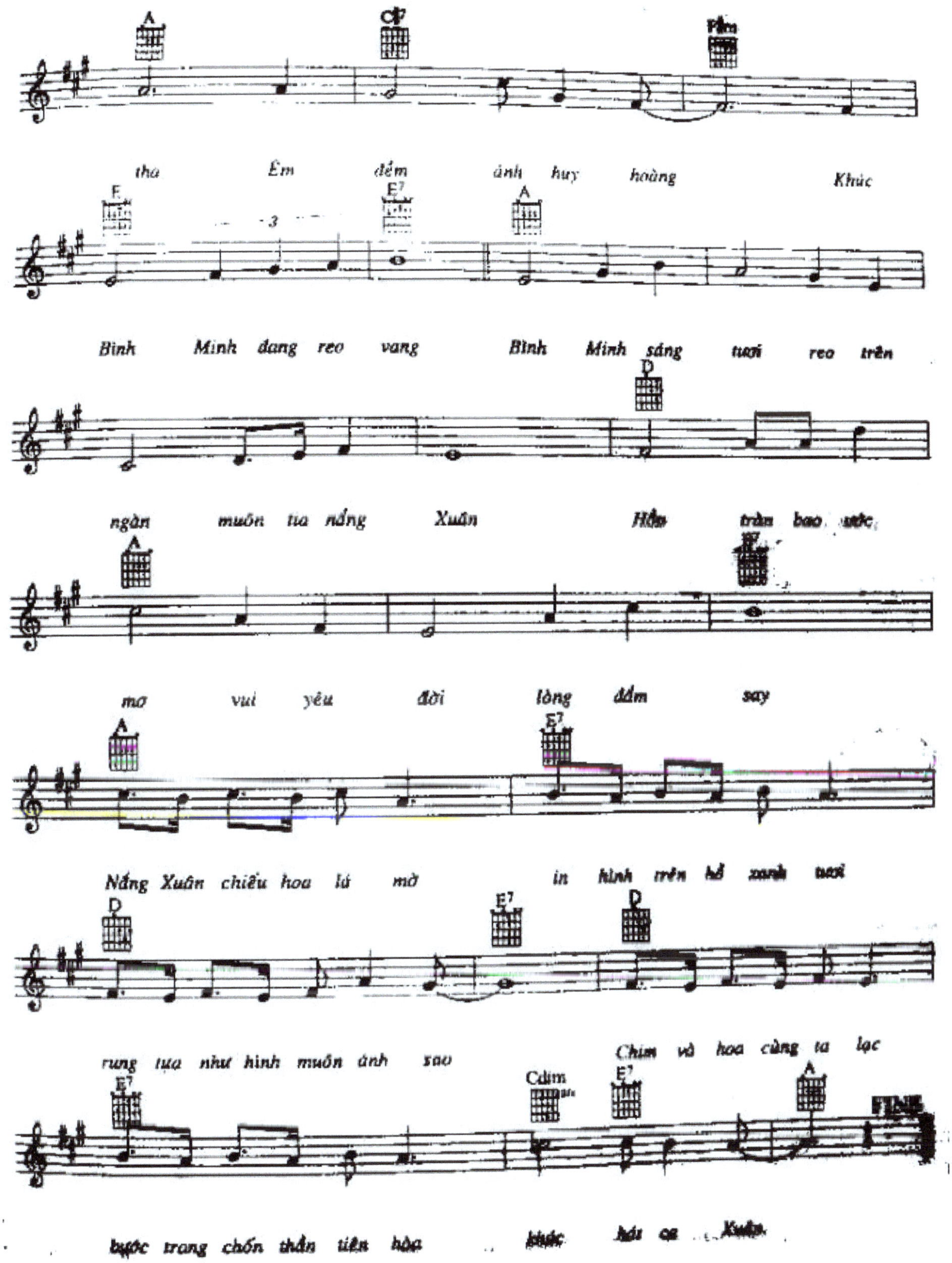
A
F#m
thu Em đềm ánh huy hoàng Khúc
E
E7
A
Bình Minh đang reo vang Bình Minh sáng tươi reo trên
D
ngàn muôn tia nắng Xuân Hồn tràn bao ước
A
E7
mơ vui yêu đời lòng đắm say
A
E7
Nắng Xuân chiếu hoa lá mờ in hình trên hồ xanh tươi
D
E7
D
rung tựa như hình muôn ánh sao Chim và hoa cùng ta lạc
E7
Cdim
E7
A
FINE
bước trong chốn thần tiên hòa khúc hát ca Xuân.

Lá thư ngày tết

Nhạc và Lời: TRẦN LONG ẨN

Hơi nhanh
Ngày tết đến được thư em là niềm
(Ngày tết) đến được thư em là niềm
(Ngày tết) đến nhìn quê hương một màu
vui bất ngờ Ngày tết đến rất nhớ em tựa một
vui bất ngờ! Ngày tết đến rất nhớ em và vườn
xanh nối liền! Nhà máy mới trong nắng mai rộn ràng
nỗi nhớ nhà! Nhớ tiếng hát giờ giao thừa mẹ thường
hoa trước sân! Đóa cúc trắng nở âm thầm và hàng
tiếng máy reo! Thác nước lớn là công trình thủy điện
chờ mong có em qua, nhớ góc phố ngày xuân
dậu như nhớ như mong, những tiếng hát từ cõi
rồi sông núi ta ơi! biển bát ngát là bể
về đàn trẻ mừng như lá như hoa!
lòng thật nhẹ nhàng như gió trên sông!

lây. Lòng vắng muôn bề không liếp che gió
về. Ai nức nở thương đời châu buông
mau dương thế bao la sầu. Người mong mây
tan cho gió hiu hiu lạnh mây ngỏ trời xanh.
Chắc gì vui mưa còn rơi bao kiếp sầu ta nguôi.
Gió xa xôi vẫn về. Mưa
giăng sầu lê thê. Đến bao năm nữa
trời vợ chồng Ngâu thôi khóc vì thu.
D.S.

Lắng Nghe Mùa Xuân Về

Dương Thụ

Dance Shuffle

Am
Giọt mưa nào rơi thật êm trên
(Mầm) non mầm non mùa Xuân đang
phố phường Mùi hương nào thơm thật thơm trong
hé nở Nụ trên cành hoa đào phai đang
G
gió thoảng và em đợi anh đợi anh như
hé mở Ngày Xuân ngày Xuân đầu tiên đang
E
1.
đã hẹn Nghe trong mưa đêm mùa Xuân lặng
gõ cửa Khi...
E7
E
2.
lẽ sang (Mầm) ...em trông anh ung dung bên

Am
Am
thềm nhà.
Kìa tiếng chim rộn hót
Và chúng ta lại đón
F
D
xa vời Cánh hoa đào bỗng như cười báo tin mùa xuân về
giao thừa phút giây lặng lẽ mong chờ lắng nghe mùa xuân về
C
E7
Am
Kìa bóng đêm mùa cũ đâu
Để biết ta còn mãi trong
F
D
Em7
rồi với em chỉ thấy xanh ngời lá hoa của Xuân
đời phút mong chờ ấy tuyệt vời chứa chan niềm tin yêu
Am
G
F
E7
Giờ
Kìa
G
F
Am
Mùa Xuân về.

Lên đồi chiều xuân xưa

Nhạc: NGUYỄN VĂN HIÊN
Thơ: VŨ NGỌC GIAO

Theo em lên đồi chiều xưa Mở lòng lắng nghe em
hát Trên đầu trời xanh bát ngát Dưới chân cỏ mượt như
nhung theo em lên đồi chiều xưa Mở lòng lắng nghe em
hát Đồi chiều bỗng dưng nhòa nhạt Gui - tar mấy sợi buông
chùng Tiếng hát em như ngại

1.
ngùng Ru ta nửa đời lang bạt Chiều xuân sương khói mung
2.
To Coda
lung (tiếng hát....) ...bạt Nhã nhạc những ngón tay
mềm (theo em lên đồi chiều...)
Coda
...mềm Xuân này em có lên
đồi hát khẽ lời ru năm cũ hay đã quên rồi chiều
xưa Hay đã quên rồi tình tôi.

Lời tỏ tình mùa xuân

Nhạc và Lời: THANH TÙNG

Slow Surf

Mùa xuân đến đạp xe trên phố tóc xỏa vai
mềm. Mùa xuân hát nụ hoa thơm ngát nở trên môi hồng.
Mùa xuân rất hiền lặng yên ngồi nghe tôi hát, Và tôi biết
rằng nói yêu em là điều khó khăn! Mùa xuân đến rồi, mùa xuân nói giùm với
em. Tình yêu rất gần, tình yêu hãy đừng là cánh chim.

Em ơi nghe chăng mùa xuân, mùa xuân hát ở trong lòng.
Em ơi nghe chăng tình yêu, tình yêu hé nở ban đầu
Đất nước với sức sống mới Như chim én bay trên trời cao.
Như xuân đang sang mênh mang...
1.
2.
...Như con tim yêu thương nồng say. Mùa xuân lại
đến với những tiếng hát bát ngát, với những con người, cuộc đời
mang con tim say trong tương lai, mùa xuân vẫn còn đang ở lại.
Mùa xuân rất hiền lặng yên ngồi nghe tôi hát, còn em lặng
yên ngồi nghe lời tỏ tình của mùa xuân.

Ly Rượu Mừng

Phạm Đình Chương

Valse
F Gm
Ngày xuân nâng chén ta chúc nơi nơi, mừng
B♭ F
anh nông phu vui lúa thơm hơi. Người thương gia lợi
Gm Dm Gm
tức, người công dân ấm no. Thoát ly đời gian lao nghèo
C F Am B♭
khó. Á A A
F B♭ F Gm F
A. Nhấp chén đầy vơi chúc người, người vui.
Am B♭ F B♭ C
Á A A A. Muôn lòng xao xuyến duyên

F Dm B♭
đời. Rót thêm tràn đầy chén quan
F Dm F
san, chúc người binh sĩ lên đàn,
Dm F Am A7
chiến đấu không thành, sống cuộc đời lành, mừng người vì
Dm C F
nước quên thân mình. Kìa nơi xa xa có
Am F
bà mẹ già, từ lâu mong con, mắt vương lệ
B♭ Gm F
nhòa. Chúc bà một xóm quê hương, bước con
C F F
về hòa nỗi yêu thương. Á

Am B♭ F B♭ F Gm
A A A. Hát khúc hoan ca thắm tươi đời
Dm F Am B♭ F B♭
lính. Á A A A. Chúc mẹ hiền
C F F
sơm u tình. Rượu hân hoan mừng đôi uyên
B♭ F
ương xây tổ ấm trên cành yêu đương.
C Dm
Nào cạn ly, mừng người nghệ sĩ
B♭ F B♭
tiếng thi ca nét chấm phá tô nên đời mới. Bạn
F Dm F
hởi, vang lên, lời ước thiêng liêng. Chúc non sông

B♭ C
hòa bình hòa bình.. Ngày máu xương, thôi tuôn
F Gm
rơi, ngày ấy quê hương yên vui đợi anh về trong
F F Am B♭
chén tình đầy vơi. Nhấc cao ly
F B♭ F Gm Dm
này, hãy chúc ngày mai sáng trời tự do.
F Am B♭ F B♭ C
Nước non thanh bình, muôn người hạnh phúc chan
F C B♭ F
hòa. Ước mơ hạnh phúc nơi nơi.
B♭ C F
FINE
Hương thanh bình đang phơi phới.

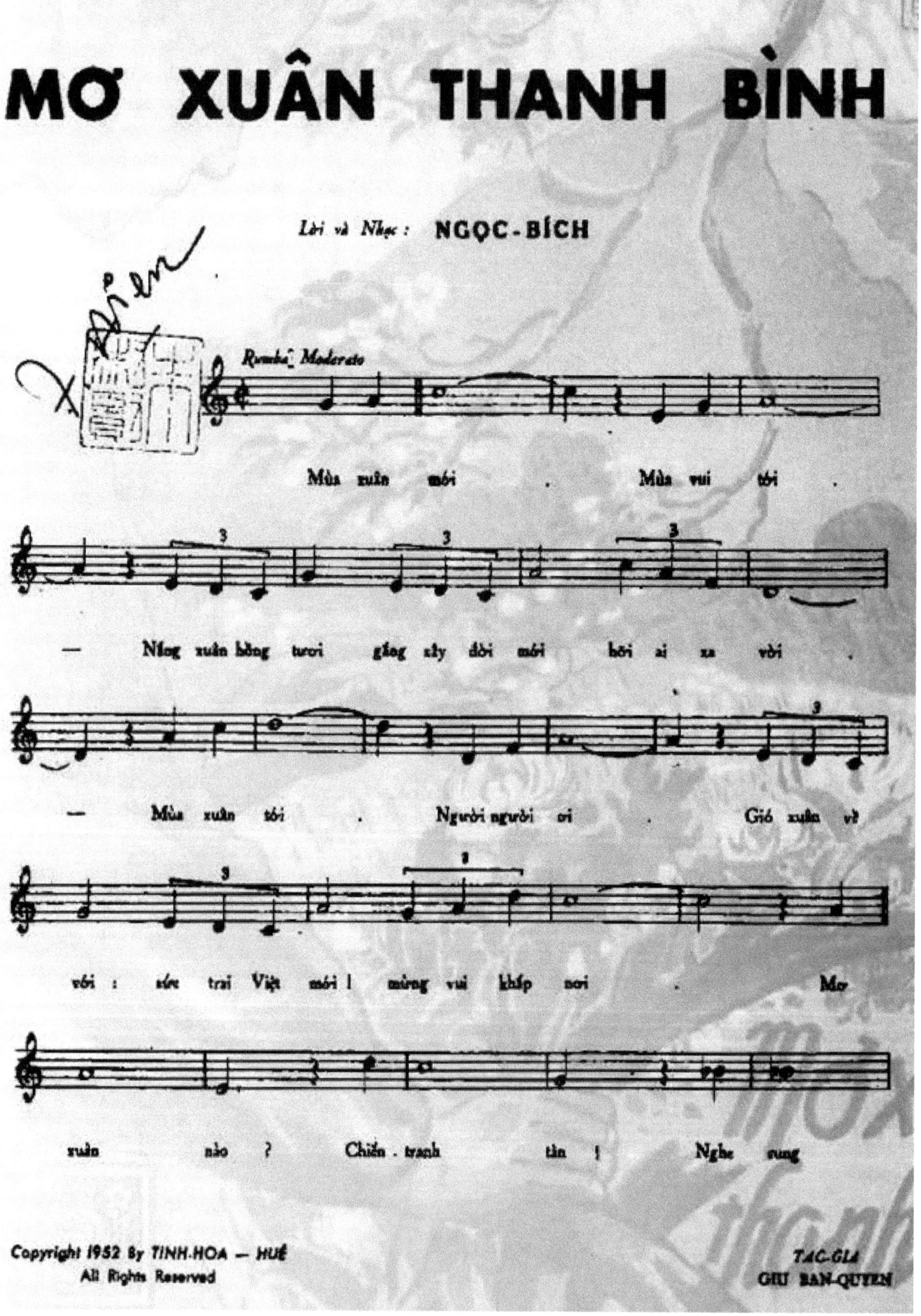
MƠ XUÂN THANH BÌNH
Lời và Nhạc : NGỌC-BÍCH
Rumba - Moderato
Mùa xuân mới . Mùa vui tới .
— Nắng xuân hồng tươi gắng xây đời mới hởi ai xa vời .
— Mùa xuân tới . Người người ơi . Gió xuân về
với : sức trai Việt mới ! mừng vui khắp nơi . Mơ
xuân nào ? Chiến . tranh tàn ! Nghe súng
Copyright 1952 By TINH-HOA — HUẾ
All Rights Reserved
TÁC-GIẢ
GIỮ BẢN-QUYỀN

đàn : Không thù oán ! Ta ngóng chờ , theo bóng cờ mùa
ước mơ . Người hát vang : cùng núi sông tươi
nắng hồng . Mùa xuân tới . Đời hồng tươi .
— Nhắn ai thầm mơ hãy quên sầu nhớ những khi mong chờ .
— Mùa vui mới . Người người ơi . Nắng xuân về
với : lớp Dân Việt mới mừng mùa thắm tươi .

BẢN "MƠ XUÂN THANH BÌNH" DO TINH-HOA ẤN-HÀNH LẦN THỨ NHẤT. NGOÀI NHỮNG BẢN THƯỜNG CÓ IN THÊM 30 BẢN ĐẶC-BIỆT TRÊN GIẤY QUÝ ĐÁNH DẤU TỪ M.X.T.B. I ĐẾN M.X.T.B. XX — T.H. I ĐẾN T.H. X ĐỀU CÓ CHỮ KÝ CỦA TÁC-GIẢ VÀ ĐÓNG TRIỆN SON T.H. KHÔNG BÁN

T. H. 247

MỘNG CHIỀU XUÂN

Ngọc Bích

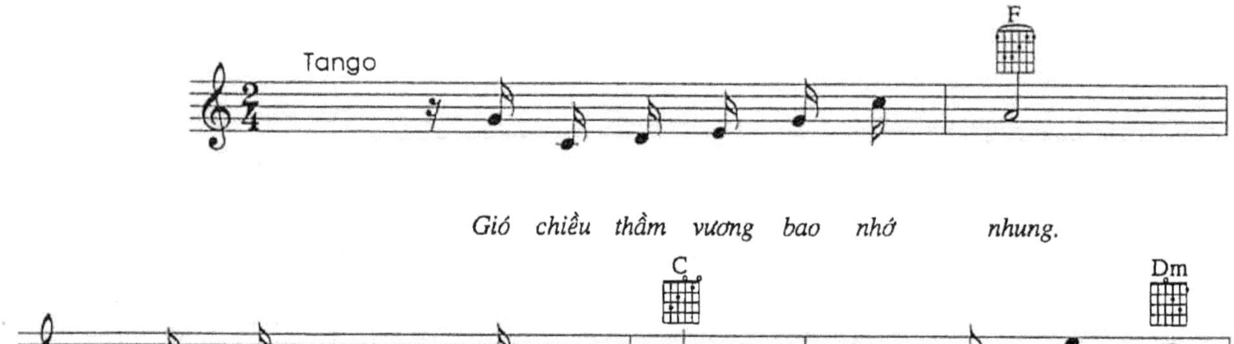
Tango
F
Gió chiều thầm vương bao nhớ nhung.
C
Dm
Người yêu thoáng qua trong giấc mộng. Vui nguồn sống mơ
C
những ngày mong chờ. Trách ai đành tâm hững hờ.
F
Mối tình đầu xuân ai thấu chăng? Lòng tha thiết buông theo tiếng

C Dm G
đàn. Mơ đời ái ân những ngày phong trần.
C F
Sống trong mộng đẹp ngày xuân. Ngây thơ dáng huyền đến trong
C Am Dm
mơ lòng anh bớt sầu. Mộng vàng phút tan theo gió
F G
chiều biết em về đâu? Hãy trả lời lòng anh mấy
F C Dm
câu. Tình duyên với em trong kiếp nào? Xuân còn thắm tươi
G C
FINE
anh còn mong chờ. Ái ân kẻo tàn ngày mơ.

Mùa hoa Anh Đào

Nhạc và Lời: THANH SƠN

Slow Rumba

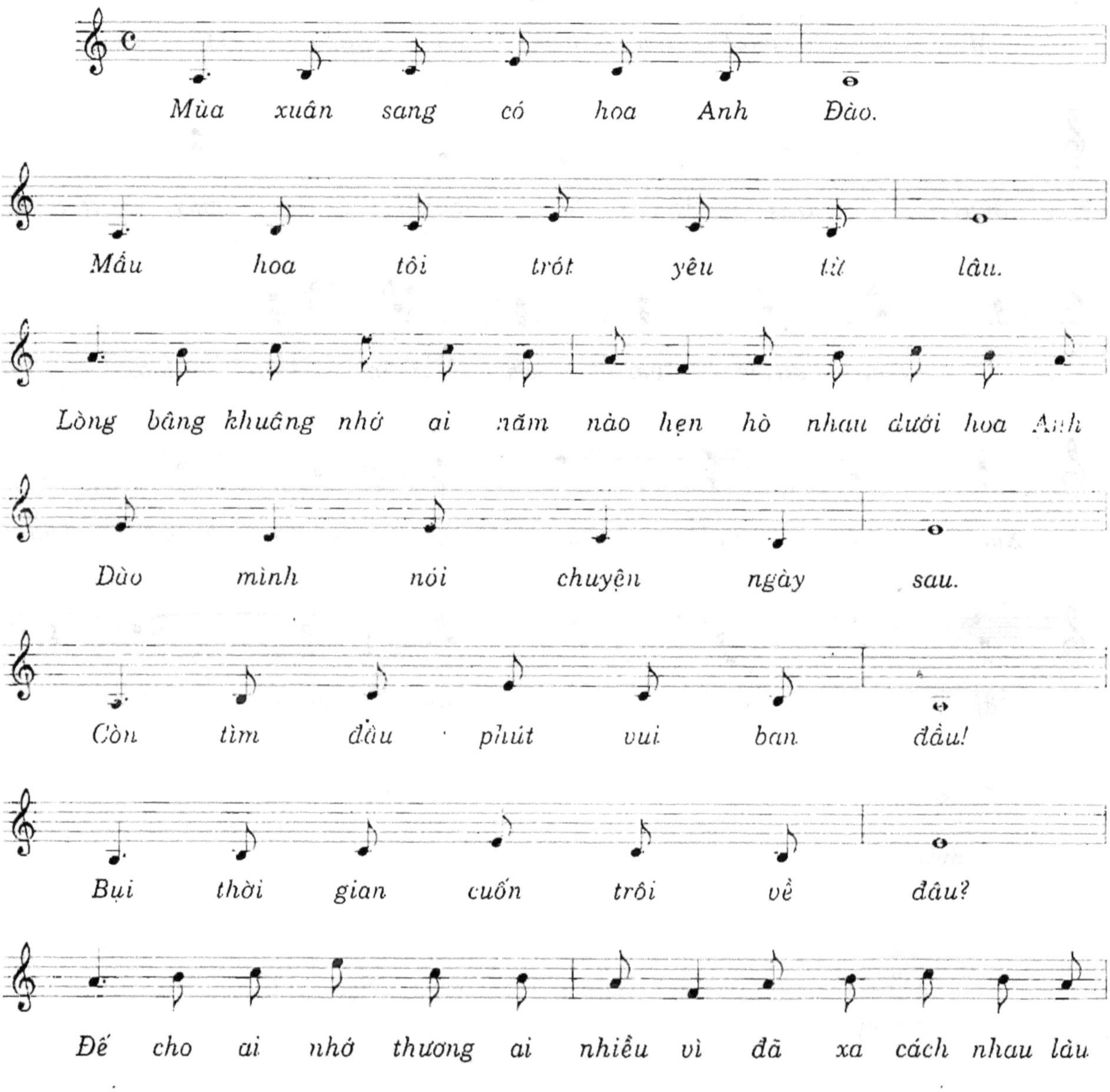
Mùa xuân sang có hoa Anh Đào.
Mầu hoa tôi trót yêu từ lâu.
Lòng bâng khuâng nhớ ai năm nào hẹn hò nhau dưới hoa Anh
Dào mình nói chuyện ngày sau.
Còn tìm đâu phút vui ban đầu!
Bụi thời gian cuốn trôi về đâu?
Đế cho ai nhớ thương ai nhiều vì đã xa cách nhau lâu

rồi dù nói không nên lời!
Chuyện đời như một giấc chiêm bao mà thôi!
Tìm về quá khứ thấy xuyến xao lòng thôi!
Gió xuân đến bao giờ, ngỡ như bước
chân ai qua thềm hay là mơ?
Rồi xuân sang thấy hoa Anh Đào.
Mầu hoa đây dáng xưa còn đâu?
Niềm tâm tư khép kín trong lòng và tôi yêu bóng ai năm
nào như đã yêu hoa Anh Đào!

MÙA XUÂN CỦA MẸ

TRỊNH-LÂM-NGÂN

THA-THIẾT
Mẹ ví hoa cúc hoa mai nở rồi đời
Ngày đi con hứa xuân sau sẽ về mà
con giờ đây đang còn lênh đênh đèo cao gió lộng ngày đêm bạt
nay đã bao xuân rồi trôi qua giờ đây chắc mẹ già tóc bạc
Ngàn áo trận sờn vai bạc màu nhìn xuân về lòng buồn mênh mang ngày
nhiều sớm chiều vườn rau vườn cà mẹ biết nhờ cậy vào tay
1°

Giấy phép số : 5614 BIT/NBC/PHNT
ngày 29 12.69

CẤM :
- Trích dịch, in lại
- In thành tập
- In Tân cổ giao duyên
- In bỏ túi v.v...

2°
ai đêm nay nói rừng gió nhẹ sang xuân thoảng mùi mai nở đâu
đây. Du hồn lạc lối chơi vơi khi xưa những ngày binh lửa chưa
sang bếp hồng quây quần bên nhau nghe mẹ kể chuyện đời xưa mẹ
ơi con hứa con sẽ trở về dù cho dù cho xuân đi đi
qua dù cho én từng bầy bay về ngàn đâu gì rồi con cũng
về chỉ bên mẹ là mùa xuân thôi.

Mùa Xuân cưới em

Nhạc & Lời: MẶC THẾ NHÂN

Andante
Mùa Xuân này anh sẽ cưới em. Bõ thời
(Mùa Xuân) ...này anh sẽ cưới em. Lũ bạn
gian cách xa đợi chờ. Đường sang nhà vang tiếng pháo vui. Theo kiệu
xa chắc không được mời. Đường chim trời đây đó bốn phương. Đứa đầu
hoa có đôi phù rể. Còn trong đời bạn bè dăm tên và ngoài
non đứa bên vực suối. Nhờ mây trời rồi mình đưa tin. Rằng mùa
1.
ra đã xa biệt rồi, đâu còn. (Mùa Xuân...)
Xuân đã nên vợ chồng. đôi...
2.
3
...mình. Mùa Thu còn đó, mùa Đông thì chưa

3
sang. Tình dâng ngút ngàn, em lo gì thời
gian. Mùa Thu đã hết, mùa Đông rồi qua
mau, ngày vui đến gần, không gian rồi vào
Xuân. Mùa Xuân này ta sẽ có nhau. Nhớ ngày
vui áo em màu vàng, màu anh hùng tô thắm sắc da, hay màu
yêu ngát trên đồng lúa. Màu huy hoàng dịu dàng quê hương, vào đầu
Xuân chứa chan chuyện tình đôi mình.

Mùa Xuân đầu tiên

Nhạc & Lời : QUỐC DŨNG

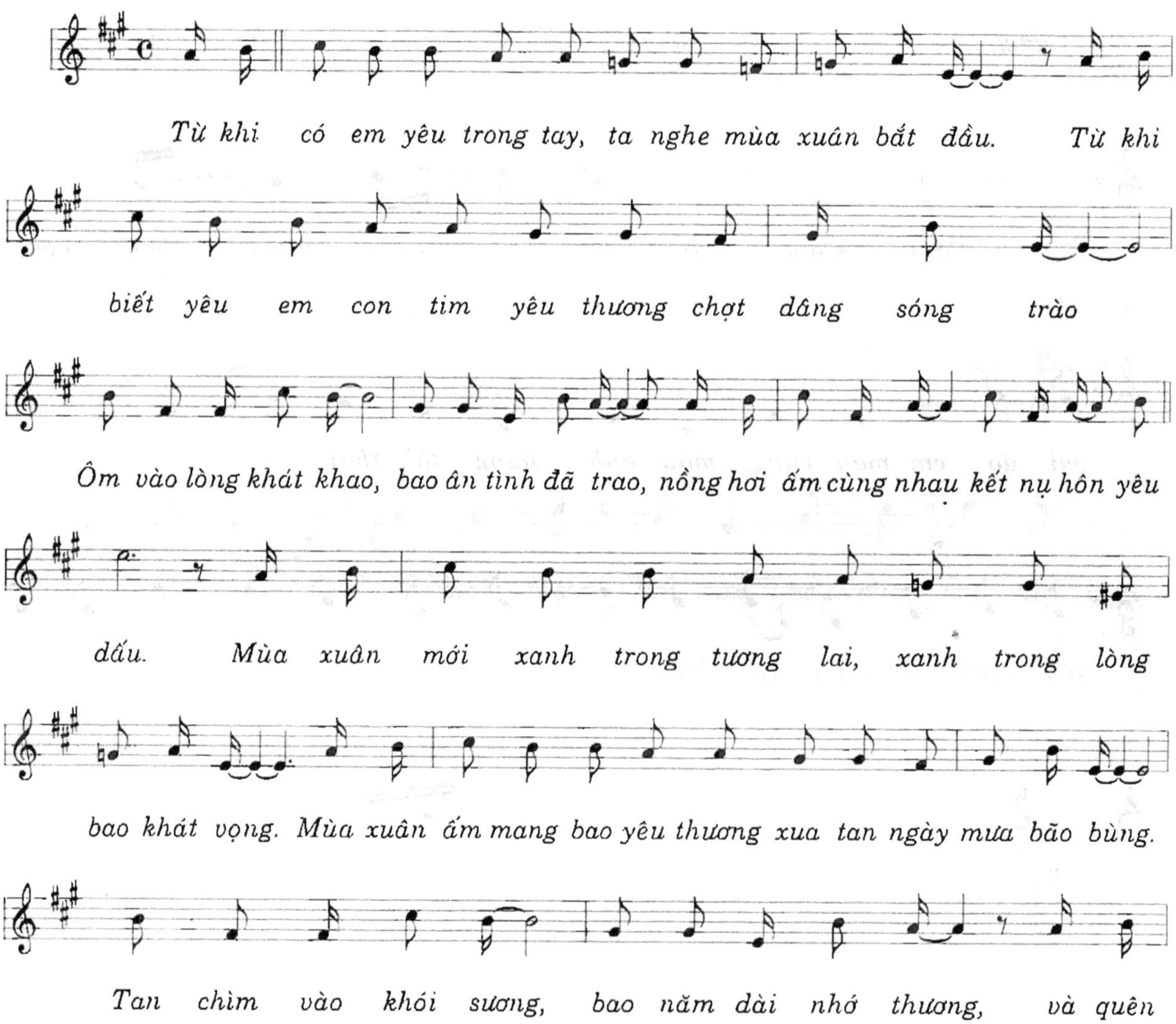
Từ khi có em yêu trong tay, ta nghe mùa xuân bắt đầu. Từ khi
biết yêu em con tim yêu thương chợt dâng sóng trào
Ôm vào lòng khát khao, bao ân tình đã trao, nồng hơi ấm cùng nhau kết nụ hôn yêu
dấu. Mùa xuân mới xanh trong tương lai, xanh trong lòng
bao khát vọng. Mùa xuân ấm mang bao yêu thương xua tan ngày mưa bão bùng.
Tan chìm vào khói sương, bao năm dài nhớ thương, và quên

hết sầu đau, những ngày xa vắng nhau. Và ta
mãi chung đôi bên nhau qua bao mùa xuân bất tận Rồi ta
sẽ bay trong mây xanh phiêu du tựa trong giấc mộng.
Tâm hồn tràn ước mơ, tim yêu ngàn ý thơ, cung hơi
ấm mùa xuân xiết vòng tay nhân đi rồi câu
hát yêu thương ngân lên du dương nhẹ theo tiếng trầm. Và ánh
mắt bao dung, xanh trong tim ta dường như nói thầm.
Dẫu đời còn đắng cay, không gian dù đổi thay. Mình vẫn
Fine
mãi cùng nhau, với tình yêu ngất ngây.

MÙA XUÂN ĐẦU TIÊN

Tuấn-Khanh

Boléro
Bao nhiêu thương nhớ gom nhặt đây anh trở về thăm
(Em ơi đôi lúc nghe) lòng buồn trên sườn đồi thông
em bao lần ngồi thâu đêm nghe mùa Xuân vừa đến. Em ơi hoa thắm rơi
xanh sương phủ đầy vai anh canh tàn trăng mờ ánh long lanh sao rớt vương
ngập đường trời nắng xế vương vương lòng nhớ tới em luôn khi chiều tàn chim gọi
đầy trời giòng thác trắng bao la chờ sáng đến chim
đàn. (Em ơi đôi lúc nghe...) ca cho đường dài cũng không xa. Người yêu
(Mùa xuân...)

ơi biết chăng anh về? Người yêu ơi nhớ chăng lời thề? Anh say
ơi biết tôi yêu đời. Mùa xuân ơi nói sao nên lời. Em ơi
1°
sưa nhịp bước trên hè, anh nâng niu nụ hoa vừa hé đôi môi xinh người em nhỏ bé mộng
em dù nhớ vơi đầy bao lâu. . . . .
2°
mơ. (Mùa xuân) . . . nay đợi nhau là mấy anh đâu ngờ bến bờ hạnh phúc là
đây. Em ơi xuân đến bên thềm rồi nhấp rượu hồng vơi đi, hết rồi mùa chia
(Xuân nay ta chúc cho) mẹ già vui vườn cà thêm hoa, vui ruộng đồng bao
ly cho tình xuân vừa ý. Xin yêu thương đến đôi bạn hiền để xóa hết cô đơn rồi quyến luyến nhau
la, tóc bạc phơ đẹp quá. Xin yêu thương đến vơi bạn thù để tiếng hát hôm nay, người chiến sĩ mơ
1° 2°
hơn cho người em thôi giận hờn. (Xuân nay ta chúc cho) say bên đàn trẻ bé thơ ngây.

Mùa Xuân đầu tiên

Văn Cao

Dm
p
Rồi dặt dìu mùa Xuân theo én về. Mùa bình thường mùa
4
F
vui nay đã về. Mùa Xuân mơ ước ấy đang đến đầu tiên với khói
7
Gm C F
bay trên sông gà đang gáy trưa trên sông. Một trưa nắng
9
E7 A Dm
p
vui cho bao tâm hồn. Rồi dặt dìu mùa Xuân theo én về.
13
F
Người mẹ nhìn đàn con nay đã về. Mùa Xuân mơ ước ấy đang
16
Gm
đến đầu tiên Nước mắt trên vai anh giọt rơi ấm
18
C F A Dm
đôi vai anh. Niềm vui phút giây như đang long lanh. Ôi giờ
21
A B♭ F
phút yêu quê hương làm sao trong Xuân vui đầu tiên! Ôi giờ

F A Dm
phút trong tay anh đầu tiên một cuộc đời êm ấm! Từ
Bb C F Bb Gm
đây người biết quê người. Từ đây người biết thương người. Từ
C F A Dm
đây người biết yêu người. Giờ dặt dìu mùa Xuân theo én về.
F
Mùa bình thường mùa vui nay đã về. Mùa Xuân mơ ước ấy xưa
Gm
có về đâu với khói bay trên sông gà đang gáy
C F A Dm
trưa bên sông. Một trưa nắng thôi hôm nay mênh mông.

Mùa xuân gọi.

Trần Tiến

Mùa xuân nói với em điều gì Mà sao mắt em vui
thế Tình yêu nói với em câu gì Mà sao
tôi thấy em bâng khuâng Mẹ ơi sáng nay xuân về Mẹ
trông ra ngoài hiên nắng Mẹ mong đứa con xa nhà Rồi mùa
xuân anh ấy sẽ về Mùa xuân hát trên cánh đồng gọi mầu
...xuân hát trên môi người gọi niềm
xanh đến vô cùng Mùa xuân hát trong nắng vàng gọi trời
vui đến mỗi ngày Mùa xuân hát trong tim người gọi tình...
1.
2.
cao gió xôn xao. Mùa...
...yêu mãi ban đầu (Mùa)

MÙA XUÂN GỬI EM
Nghe gió Xuân hay rằng Xuân đã về. Gói tâm
tình vào trong bao ý thơ Thương nhớ về người em nơi chốn
cũ năm tháng xa xôi không buồn vì đưa tôi. Anh chúc em thêm đẹp đôi má
hồng Đón Xuân nồng lòng mang bao ước mong: mong ước

rồi mùa xuân tươi thắm mãi hoa bướm tung bay vui vầy khắp trời mây.
Anh mong mùa Xuân mới gieo yên vui ngàn nơi cho ý Xuân lên hương
đời. Cho duyên tình anh với em sao thắm đẹp tươi
đầu tóc bạc đều có đôi. Thôi nhé em tuy mình xa cách
rồi. Chớ quên rằng thời gian sẽ lướt trôi. Mai mốt
rồi bình yên thôi chiến đấu, anh nói với em "Xuân này sống gần
1° nhau"
2° nhau". Anh nói với em "Xuân này ta gần nhau".

mùa xuân ... lá khô

trầnthiệnthanh

BOLERO LENTE
Tôi trở lại vùng hành quân, vùng xa xôi đá sỏi biết buồn.
Tôi đến đơn vị lại đi, nhạc hơi đâu đếm mấy tháng ngày
Ba tháng hậu phương yên bình, tuy vết thương chưa lành hẳn, tôi lại đi giữa lạnh sang đông. Đời
Khi cánh dù mang tin lại (những cánh thư xinh hậu tuyến) tôi ngỡ ngàng biết mùa xuân sang Ở
tôi, chinh chiến lâu năm, yêu lúc băng rừng như mộng tình nhân.. Kiếp chúng
đây, không có hoa mai, không có hoa đào trang điểm trần ai... Những lá
tôi, như kiếp sông dài trôi đi miệt mài nào ai biết cho ai ?
khô rơi xuống âm thầm như trong một lần lòng tôi biết yêu . . . . đương.
Em tôi không đẹp như đời tưởng, không áo xanh áo đỏ thơm hương.

Quen trên đường chiều lá khô rơi.. ôi ngọc ngà giây phút chung đôi
ơi sao rơi trên giòng suối chờ, cho tình cờ anh lính làm thơ.. Lời
thơ êm như hơi thở khi em nguyện chờ một người còn xa.
Tôi đã quen rồi chuyện đi và quen xa ánh đèn phố thị.
Nên dầu mùa xuân đơn vị không bánh ngon không rượu quí, tôi nào nghe thấy lạnh trong tôi. Chỉ
thương em gái quê hương, trong nắng xuân hồng thiếu hẳn người thương.. Em hỏi
em: khi chiến chinh dài, xa nhau từng ngày và xa cả xuân nay./.

Mùa xuân ơi.

Nguyễn Ngọc Thiện

1.
2.
Xuân xuân ơi xuân đã về có nỗi vui nào vui hơn ngày xuân đến
Xuân xuân ơi xuân đến rồi Cánh én bay về cho tim mình nao nức
Xuân xuân ơi xuân đã về tiếng chúc giao thừa mừng đón mùa xuân
Xuân xuân ơi xuân đến rồi...
Những đóa mai vàng chào mừng xuân sang Nghe âm vang bao câu
chúc yên lành Đất nước gấm hoa yên ấm an vui Bao em thơ khoe áo
mới tươi cười Chào một mùa xuân mới Xuân xuân ơi xuân
đã về Kính chúc muôn người với bao điều mong ước Trong hương xuân ta
vẫy chào Kính chúc muôn nhà gặp nhiều an vui
Xuân ơi xuân xuân đã về.

mùa xuân
sao chưa về hỡi em

nhạc và lời: TRƯỜNG SA

êm đềm
Mùa xuân sao chưa về hỡi em, xua tan mây cho những ngày nắng êm, lũ chim non gửi
gấm khúc tự tình. Gọi xuân cho xanh màu mắt em và mơ ước thắm thiết mãi
lên cho ta nói yêu em. Hàng cây trơ thân gầy mỏng
manh, mãi trông tin qua mùa lá xanh, đón em xuân về bát ngát đầy trời.
Gọi xuân cho thêm hồng má em, còn đâu đó bóng dáng thướt tha cho ta hoài nhớ

thương. Viết cho người và hát cho người, từ một thuở vào xuân xa
vời. Xin mau về mùa xuân trên đời, để lòng người nở hoa rực rỡ như lòng ta vẫn
chờ. Mùa xuân sao chưa về hỡi em cho yêu thương vun đầy mắt
sâu, sẽ quên đi ngày tháng cũ miệt mài. Chờ xuân lên cho lòng ngất
say, còn mãi đó với những dấu yêu trong đôi mắt thơ ngây.
Từ xuân đi cho đời vắng nhau, gom yêu thương đã từ bấy lâu, hứa cho em dành
thấm mát cuộc đời. Chờ xuân lên tươi màu cỏ hoa, tình yêu đó gắn bó thiết
tha, ta suốt đời có nhau ./.

Mùa Xuân trên cao
TRẦM-TỬ-THIÊNG
ANDANTE
Trời bây giờ trời đã sang xuân.
Anh về mai ngủ bên bìa rừng. Trở giấc ba mươi mộng
ảo. Ngày thơ vẫn đẹp vô cùng, nếu xuân này mới em còn hồng.
Tình yêu nào chơi về đêm xuân? Ta cần nhau gặp nhau vài

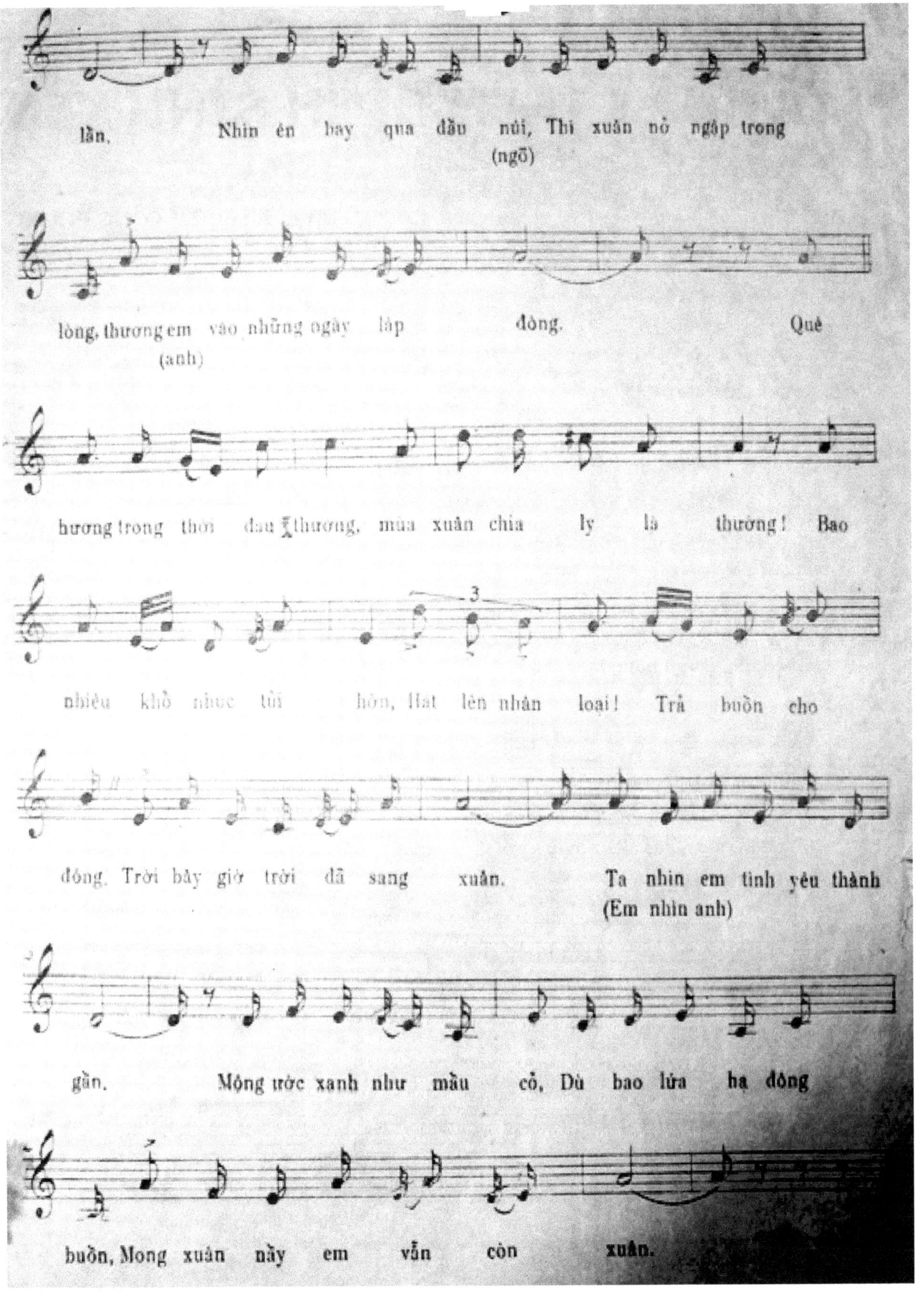
lần. Nhìn én bay qua đầu núi, Thì xuân nở ngập trong
(ngõ)
lòng, thương em vào những ngày lập đông. Quê
(anh)
hương trong thời đau thương, mùa xuân chia ly là thương! Bao
nhiêu khổ nhục tủi hờn, Hát lên nhân loại! Trả buồn cho
đông. Trời bây giờ trời đã sang xuân. Ta nhìn em tình yêu thành
(Em nhìn anh)
gần. Mộng ước xanh như màu cỏ, Dù bao lửa hạ đông
buồn, Mong xuân này em vẫn còn xuân.

MÙA XUÂN TRÊN ĐỈNH BÌNH YÊN

Nhạc & Lời: TỪ CÔNG PHỤNG
1968

Lento Espressivo
A
C#m
F#m
Rồi mai có một lần tôi đưa em về
E7
A
E7
trên đỉnh yên bình hiền hòa Một mùa xuân lên cao hơn
Bm
A
F#m
trên làn tóc xõa theo mây trôi bềnh bồng Rồi
A
C#m
F#m
Bm
D
mai có một lần tôi đưa em đưa em về miền nắng ấm những
Bm
A
Bm
con chim thôi ngủ sau mùa đông lạnh căm hát lên gọi mùa xuân rạng rỡ đem mặt

trời tô mắt dại tuổi mơ. Xin đỉnh yên
bình một mùa xuân ôm kín khung trời của tuổi thơ thôi rã thôi rời
Xin đừng làm bão tuổi đôi mươi, để vòng tay khắc khoải ôm xuôi từng niềm vui bay theo biển
gió... Hãy ôm trọn ôm trọn tuổi xuân có một lần vui thôi em đừng
cho chết hương tình ngọt ngào Dỉnh bình yên trên cao xin
Rall pour finir...
em giữ kín cho lâu dài một mùa xuân đã thắm trong tôi

Mùa Xuân Trong Đôi Mắt Em

Nhạc và Lời: Đức Huy
© 1992

Boléro chậm

Am
G
Nhạc dạo đầu..
Am
Am
Thành phố này thành phố mưa bay Như mãi mãi mùa
G
Am
Am
Thu trong sương mù Đường em về đường ướt mưa
G
Am
rơi Như nước mắt người đi qua cuộc đời Còn hy
Em
Am
Em
vọng sau áng mây đen Còn hy vọng hãy cố vươn

D
Bbmaj7
lên Rồi một ngày dịp may sẽ đến Em ơi đừng
Esus4
E7
Am
quên! Thành phố này trời thấp giăng
G
Am
mây Như mãi mãi mùa Đông ngày qua ngày Nhiều đêm
Am
G
dài chờ sáng đơn côi Em đếm những ngày vui qua trong
Am
Em
Am
đời Còn hy vọng sau những thương đau Mùa Đông
Em
D
Bbmaj7
dài đã qua còn đâu? Rồi một ngày tình yêu trở

lại trong con tim giá băng Và Mùa
Fmaj7
Em
Xuân Trong Đôi Mắt Em là mùa Xuân anh mãi đi
Am
Fmaj7
tìm Và Mùa Xuân Trong Đôi Mắt Em anh đợi
Esus4
E7
Fmaj7
mong Và Mùa Xuân Trong Đôi Mắt
Em
Am
Em là mùa Xuân chan chứa hy vọng Và Mùa
Fmaj7
G
Am
Xuân Trong Đôi Mắt Em anh mãi chờ trông

mùa xuân và tình yêu

* nhạc và lời: TRƯỜNG SA

Moderato
Ngày rộn rã trên những hàng lá xanh,
Mùa xuân đến với tiếng gọi trái tim,
bày chim xa nay đang về hót vang,
là tin
là tin yêu cho bao đời lãng quên,
là ánh
sớm xuân về cho muôn loài hoa đua nở, cho lòng người rộn lên
sáng chan hòa trong đêm dài, trong tâm tưởng, xua đi dần bao nhiêu
bao mối yêu thương.
Từ vùng đất thâm sâu vùng núi
dĩ vãng đau thương.
Mùa xuân đến âm vang lời thiết

thương. Viết cho người và hát cho người, từ một thuở vào xuân xa
vời. Xin mau về mùa xuân trên đời, để lòng người nở hoa rực rỡ như lòng ta vẫn
chờ. Mùa xuân sao chưa về hỡi em cho yêu thương vun đầy mắt
sâu, sẽ quên đi ngày tháng cũ miệt mài. Chờ xuân lên cho lòng ngất
say, còn mãi đó với những dấu yêu trong đôi mắt thơ ngây.
Từ xuân đi cho đời vắng nhau, gom yêu thương đã từ bấy lâu, hứa cho em dành
thắm mát cuộc đời. Chờ xuân lên tươi màu cỏ hoa, tình yêu đó gắn bó thiết
tha, ta suốt đời có nhau ./.

MÙA XUÂN
VÀ TÌNH YÊU EM

Nhạc và lời : TỪ CÔNG PHỤNG
1974

Espressivo
E♭
3fr.
F9
Fm
Em có nghe chăng ngoài kia không gian rộng mở mùa xuân tràn
Em có nghe chăng ngoài kia hân hoan lời chim chào xuân ngọt
B♭7
3fr.
E♭
3fr.
về Ngàn hoa đang nở rộ mừng
ngào Tình yêu trong niềm vui ngày
B♭7
3fr.
E♭
3fr.
A♭
4fr.
B♭7
3fr.
xuân khoe sắc thắm tỏa hương thơm ngát ơn đời bao
em hong nỗi nhớ mùa xuân ươm ước mơ về tương

E♭ Gm
la
lai. Tình yêu trong tim ta, em nghe chăng bừng nở như cánh
Cm Cm E♭ Gm
hoa hồng thơm hương đời em. Tình yêu trong tim ta em nghe chăng nồng ấm như mắt
Cm F9 B♭7 E♭ F9
(Để hết)
môi và đôi tay quấn quít đời nhau Em có nghe chăng ngoài kia thời gian như ngừng
Fm B♭7 E♭
lại cho mùa xuân bất (ơ..ơ.) tạn

MÙA XUÂN YÊU EM

Thơ : ĐỖ QUÝ TOÀN
PHẠM DUY soạn thành ca khúc

Như SWING (không nhanh)
Anh yêu em vì em vì em biết nói... Đã biết
thưa : Thưa anh ! Em còn biết gọi ! Sáng trời mưa khiến cho anh nhớ
em... Bây giờ nắng... Anh nhớ em nhiều ! Ngồi xuống đây nghe chim
là chim đang hót... Đồng cỏ như bàn tay ! Trời như mắt say !
Ta ngó nhau ôi còn biết nói gì ? Hai đứa ngồi ngồi đó
poco rall...
như hai hòn bi !
Nhịp tự-do
Ad lib.
Có cành hoa đẹp anh hái (í i i) cho em...
Em không thèm nhận anh chết (í i i) cho xem...
Rồi anh sẽ khóc liên miên suốt ngày !

F7 B♭ E♭ Gm
Ôi chẳng bao giờ buồn như bữa nay ! Này em yêu quý em nào có nghe..
chậm hẳn lại....
G G7 Cm Gm
Trên cánh đồng cỏ có con bò kia... Nó kêu bò bò và nó ăn cỏ
Cm Ritard. E♭ MODERATO Rất êm
Dolce
Trời hôm nay cao Yêu em hỡi gió... Trên đỉnh đồi cao có cây to
A♭ E♭
tướng... Trên một cành ngang có một tổ kiến... Có con đi ra và
B♭7 E♭ B♭7 E♭
có con đi vào... Trời hôm nay nắng Yêu em xiết bao... Này em yêu
Cm Gm Cm F B♭7
quý em nào có hay? Ban nãy trên trời có đôi chim bay...
A♭ E♭
Có đôi chim trắng bay trên nền trời... Trời xanh xanh quá !
A♭m Rall..... E♭ A♭m Ritard.... E♭ Allarg....
Đôi mình lứa đôi... Trời xanh xanh quá ! Đôi mình lứa đôi !
1965

Mùa Xuân yêu thương

Nhạc và Lời: NHẤT SINH

Rộn ràng

Xuân nay đã về ôi mùa xuân lung linh sắc
màu. Tay nâng chén rượu ta cùng nhau chúc nhau an
lành. Chúc cho mọi nhà một mùa xuân yên vui thái
hòa. Một mùa xuân mới nắng xuân hồng bướm hoa đùa
vui. Mùa xuân thắm nụ muôn loài hoa tỏa hương khoe

sắc. Tiết xuân trong lành cho nụ cười vẫn mãi trên
môi. Tình xuân mãi xanh nên ngàn năm tuổi xuân vẫn
thế, mỗi năm một lần ta lại thấy chúa xuân tươi cười. Năm
nay mùa xuân đến với bao niềm tin mừng cho
đất nước ta phồn vinh. Bao công trình vươn trong nắng mới. Em
ơi! Mùa xuân thắp sáng trong lòng anh, mùa xuân
ấm áp trong lòng em. Nắng xuân hồng làn
môi mùa xuân yêu thương.
3

Mừng Xuân mới

Nhạc và lời:
HÀ PHƯƠNG & LIÊU HOÀNG ANH

Bossanova
Mừng Xuân đã về khắp trời, như trong đời.
Mùa Xuân đến rồi. Thấy bừng lên nắng mới.
Cành mai thắm vàng, cánh đào xuân tươi hồng.
Đàn chim én lượn, đã làm Xuân mơ màng. Xuân
sang: một trời ngây ngất hương tình chứa chan.
Xuân sang: nhịp đàn nô nức cho người hân

hoan. Xuân sang: triền miên tươi mát tâm hồn nhân
gian. Xuân ơi! làm sao vĩnh
viễn biếu cho ta mối tình thân? Xuân ơi! nhờ Xuân mãi
mãi sống bên ta, nhé! nàng Xuân.
Cầu Xuân thái bình khắp hành tinh muôn đời.
Mùa Xuân phú cường, cõi đời luôn tươi sáng.
Còn ta với mình: ngõ hồn Xuân luôn tuyệt vời.
1.-3.
To Coda
Tình yêu Xuân mới, mãi mãi Xuân, Xuân ơi! Xuân, Xuân ơi!
Coda
Mãi Xuân ơi! Mãi không phai, Xuân ơi!.

Nàng Xuân

Nhạc & Lời: MINH CHÂU

Hip.Hop - Rộn rã

Gió vuốt ve ngàn hoa, chim én bay la đà và
...sánh bước trên đường vui tay ấm bên môi cười tình...
em kiêu sa trong dáng hoa đã đến bên lòng ta. Cùng...
...yêu thăng hoa trong đất trời, trong nắng xuân đang ngập lối.
1.
Nàng xuân đã đến đây cho tình chan chứa vơi đầy
Niềm hạnh phúc ngất ngây dâng tràn trong trái tim này...
ngàn hoa lá vui sum vầy cho lòng ta thêm mê say.

2.
...hòa lời ca chứa chan mê say cùng xuân phiêu du hết tháng ngày.
Nàng xuân đã đến đây cho tình chan chứa vơi đầy.
Ngàn hoa lá vui sum vầy cho lòng ta thêm mê say.
Niềm hạnh phúc ngất ngây dâng tràn trong trái tim này
Repeat & fade out
Fine
hòa lời ca chứa chan mê say cùng xuân phiêu du hết tháng ngày.

Nắng có còn xuân.

Đức Trí

Em
Bm
Mùa xuân ơi ta nghe mùa xuân hát bên kia trời Đồi
(Và) em tôi lung linh giọt sương trắng trong vời vợi em
Em
A
Bm
D
Bm
núi xanh ngời đâu đây tiếng đàn cầm buông lả lơi đâu
biết yêu rồi Em yêu những chiều ngồi nghe gió rơi em...
1.
Em
F♯
đây tiếng lòng tôi nghe tỉ tơi Và...
2.F♯
Bm
D
A
Em
...yêu tiếng đàn tôi Yêu thế thôi Như bao giọt sương còn vương
Bm
Em
Bm
mình trên lá Như bao nụ hoa ngát xinh môi em cười
G
Em
Bm
A
Như xuân chờ đông tình ta còn xa quá nên anh chờ em chẳng biết
Em
A
F♯
đến bao giờ Đêm nay từng đàn chim trắng về
Bm
Bm
xa em biết ngày xuân nắng có còn vương trên môi em.

NẾU XUÂN NÀY VẮNG ANH

Bảo Thu

Bài hát đầu tiên **TRÚC LY** *thu thanh vào đĩa nhựa*
Hòa âm và ban nhạc **VĂN-PHỤNG**
Hãng **VIỆT-NAM** *sản xuất*

Habanera (hoặc Boléro Raval)
Xuân đã về Anh có hay?
Hoa bướm vui mùa sum vầy Nơi phương trời Anh có
nhớ, một người luôn nhắc tên Anh và mơ duyên lứa đôi.
Nếu Xuân về vắng Anh Ong bướm thôi dệt duyên lành.

Dây tơ chùng cung lỡ phím, cho khúc hát ái ân từ đây lỡ tơ.
duyên. Thu qua Đông tàn nàng Xuân mới sang muôn sắc hay
hoàng. Xuân nầy nếu vắng Anh lạc bầy chim Yến
bay, ngày Xuân như Đông buồn! Nếu Xuân nầy vắng
Anh như lá khô buồn xa cành, như giao thừa im tiếng
pháo, Mai úa sắc bên hiên, thì đừng đến Xuân ơi!

CÙNG MỘT TÁC GIẢ

● ước vọng tương phùng (Slow-rock) cánh thư chiến tuyến (Boléro) một lời cho em (Slow với Mặc thế Nhân) đừng hỏi vì sao tôi buồn (Boston) trắng đêm tâm sự (Boléro) giọng ca dĩ vãng (Boléro) thương ca mùa hạ (Habanera — với Thanh Sơn) nhớ thương cô (Slow) vọng về tim (Boléro) mong đợi (Boléro)

Ngày Xuân Vui Cưới

Quốc Anh

Am F Am
Ô vui quá xá là vui nhà trai và bên gái ai nấy cũng thật
C Am Dm F G
vui. Ngày xuân hoa lá khoe mầu tươi muôn sắc huy hoàng tô thắm cho ngày
C Em G
vui. Mừng tân hôn chúc chú rể mới tôi chúc cô dâu
Am
hiền nên mối duyên trầu cau. Cô dâu duyên dáng xinh thật là
G F G C G
xinh bên chú rể hiền xứng lứa lại vừa đôi. Quan viên hai họ chúc
C Em7 Am
mừng cho đôi vợ chồng thương mến nhau dài lâu. Ô vui quá xá bà con
F Am C Am
ơi! Nhà trai thì hăng hái bên gái kém gì đâu. Ngày xuân ta hát câu bền
Dm F G C Em
lâu ta hát khúc xum vầy cho ngất ngây trời mây. Bà Hai đang nói với thầy
G
Tám tôi tính năm này tôi cưới luôn cho thằng Sáu anh tính cho
Am C
rồi tôi với anh mần sui. Ông sui cũng đang nói với bà sui dâu với rể

F G C G
hiền xứng lứa chị sui ơi! Chứ ngày hôm nay chuyện xấp nhỏ nó xong
A
rồi sẵn tiện tụi mình tính luôn chuyện chị với tôi. Trăm
F♯m C♯m A F♯m
năm duyên tình vững bền thương nhau trọn đời chung sức cho ngày
Bm E D C♯m
mai. Tương lai chung một hướng đời cho nhau niềm
E7 A F♯m
vui niềm tin yêu sáng ngời. Cho nhau duyên mặn hương
C♯m A F♯m
nồng cho nhau nụ hồng còn trinh nguyên phơi phới. Sang
Bm C♯m E D
năm cho đời một tin mừng con cưng đầu lòng là một bé trai thật
A Am F Am F
ngoan. Ô vui quá xá anh ơi! Ô vui quá xá bà ơi! Ô
Am F Am Dm G Am
vui quá xá chị sui ơi! Ô vui quá xá bà con ơi!

NHỚ MỘT CHIỀU XUÂN

Nhạc và Lời: NGUYỄN-VĂN-ĐÔNG

Do cô LỆ-THANH trình bày lần đầu tiên trên Đài Phát Thanh Saigon.
Bản nhạc được lấy làm tựa đề và nhạc đệm cho Vở bi-trường-kịch « NHỚ MỘT CHIỀU XUÂN »
do ban KIM-CƯƠNG trình diễn ở Thủ-Đô vào Tết Nhâm-Dần 1962.

Aloha! Giã-từ em nhé! (1)
Kỷ-niệm Đảo Ha-Uy-Di 1957.
N. V. Đ.

Slow - Tango

sans acc...
A7
Chiều nay thấy hoa cười chợt nhớ một người.
Chạnh lòng tôi khơi bao niềm nhớ. Người nơi xa xăm phương trời
ấy, người còn buồn, còn thương, còn nhớ? Nắng phai rồi em ơi!
Chiều xuân có một người ngơ ngác đi tìm một tình thương nơi phương trời

In tại VĂN-HÓA 123, Nguyễn-thái-Học, Saigon — Kiểm-Duyệt số 78/XB ngày 11-1-1962.

cũ. Chiều nay hoa xuân bay nhiều quá, chiều tàn dần phai trên
ngàn lá, tìm dấu bóng hình ai. Người về còn nhớ khúc hát :
« Người yêu dấu bên bờ thành Vienne » (2). Lòng này còn quyến luyến mãi
đêm xuân dài mà đâu có hay. Chiều nay có một loài hoa vô biên
Rall...
trời đợi mùa xuân sang tô màu nhớ. Dừng chân trông hoa xuân hồng
thắm, buồn tìm về tình ai đằm thắm, gió vun vút trời mây.

(1) ALOHA : Tiếng địa phương người Hạ-Uy-Di khi chào từ-biệt.
(2) VIENNE : Bài hát phổ thông của người Hạ-Uy-Di.

Nụ Cười Sơn-Cước

Nhạc và lời : TÔ-HẢI

NỤ TẦM XUÂN
(DAO CA)
Thơ Bình Dân
do PHẠM-DUY phổ nhạc.
(Thơ của H. LIÊN)
Adagio
(Mở đầu)
Trèo
Tempo
lên, lên trèo lên, Trèo lên, lên trèo lên, lên cây
bưởi hái hoa. (Đàn và sáo
Bước ra, ra vườn cà, Bước ra, ra vườn cà, cà hái
nụ tầm xuân. (Đàn và sáo
Nụ tầm xuân ơi! nụ tầm xuân, nở ra — xanh
biếc — (ơ) Em lấy chồng, em đi lấy chồng, anh
Ấn-phẩm 1954 của TINH HOA — Việt-Nam
TÁC-GIẢ GIỮ BẢN-QUYỀN
CẤM TRÍCH DỊCH, IN LẠI
VÀ SỬA ĐỔI LỜI CA KHÁC

tiếc, tiếc lắm thay! Một miếng trầu cay hỏi chàng!
— Chàng ơi, chàng ơi! nào khó... Một miếng trầu cay hỏi chàng,
— chàng ơi, chàng ơi, khó gì! Sao anh không hỏi
Sao anh không hỏi... Sao anh không hỏi... Những
ngày em còn không! Giờ đây, đây giờ đây. Giờ
đây đây giờ đây, đây em đã có chồng! (Đàn và sáo
(Em đã đã có chồng. Như
chim chim vẫn lồng, như cá ngậm mồi câu! (Đàn
và sáo
Đoạn kết CÁ CẮN CÂU
BIẾT ĐÂU MÀ GỠ... CHIM VÀO LỒNG BIẾT THUỞ NÀO RA.

T.H. 395

Bản « NỤ TẦM XUÂN » ấn-hành lần thứ HAI. Ngoài những bản thường còn in thêm 30 bản đặc-biệt đánh dấu từ P. D. I đến XX — T. H. I đến X đều có chữ ký của tác-giả và đóng triện son T.H. để tặng

PHIÊN GÁC ĐÊM XUÂN

NHẠC & LỜI
của
Nguyễn-văn-Đông

Bạn TRẦN-VĂN-TRẠCH:
Các nhạc phẩm của NGUYỄN-VĂN-ĐÔNG là những tiếng lòng thiết tha thành khẩn làm cho tôi mến Nhà nhạc sĩ đó, tuy son trẻ nhưng nhiều sống thực.

Tango Habanera
Đón giao thừa một phiên gác đêm Chào xuân đến súng xa vang
rền. Xác hoa tàn rơi trên báng súng, ngỡ rằng pháo tung
bay, ngờ đâu hoa lá rơi. Bấy nhiêu tình là bao nước
sông. Trời thương nhớ cũng vương mây hồng. Trách chi người đem thân giúp

TINH HOA MIỀN NAM ẤN HÀNH
G. P. 274/BTT/BC3/XB NGÀY 20-1-65

VỚI SỰ CỘNG TÁC CỦA MỘT NHÓM
CA NHẠC SỸ THỦ ĐÔ XUẤT BẢN

nước, đôi lần nhớ bâng khuâng, gượng cười hái hoa xuân.
— Ngồi ngắm mấy nóc chòi canh, mơ rằng đây mái nhà
Rall . . .
tranh, mà ước chiếc bánh ngày xuân cùng hương khói vương niềm
A Tempo
hương. Ước mong nhiều đời không bấy nhiêu Vì mơ ước trắng như mây
chiều. Tủi duyên người năm năm tháng tháng mong chờ ánh xuân
sang, ngờ đâu đêm cứ đi. Chốn biên thùy này xuân tới
chi ? Tình lính chiến khác chi bao người. Nếu xuân về tang thương khắp
FINE
lối, thương này khó cho vơi thì đừng đến xuân ơi !

NHẠC PHẨM « PHIÊN GÁC ĐÊM XUÂN » CỦA NGUYỄN - VĂN - ĐÔNG DO TINH HOA MIỀN NAM TÁI BẢN LẦN THỨ CHÍN. NGOÀI NHỮNG BẢN THƯỜNG CÓ IN THÊM 100 BẢN ĐẶC BIỆT ĐỂ TẶNG

RU EM TỪNG NGÓN XUÂN NỒNG

Trịnh Công Sơn

Boston
Em
Ru mãi ngàn năm giòng tóc em buồn. Bàn tay
......năm từng phiến môi mềm.. Bàn tay
G
Em
Am
em năm ngón ru trên ngàn năm.. Trên mùa lá xanh ngón tay em
em trau chuốt thêm cho ngàn năm.. Cho vừa nhớ nhung có em dỗi
Bm
D
Em
gầy nên mãi ru thêm ngàn năm.. Thôi ngủ đi
hờn nên mãi ru thêm ngàn năm..
G
Bm
Em
D
em.. Mưa ru em ngủ. Tay em kết nụ. Nuôi trọn một đời. Nuôi một đời

Bm C D G B7
người. Mùa xuân vừa đến xin mãi ăn năn mà thôi. Ru mãi ngàn
Ru mãi ngàn
Em G
năm.. Từng ngón xuân nồng. Bàn tay em năm ngón anh ru ngàn
năm.. Vừa má em hồng. Bàn tay anh đưa đến quê hương vàng
Em Am Bm D
năm. Giận hờn sẽ quên. Dáng em trôi dài trôi mãi trôi trên ngàn
son. Vào trời lãng quên. Tóc em như trời xưa đã qua đi ngàn
Em 1. 2. CODA Bm
năm. Ru mãi ngàn..... Còn lời ru mãi, vang vọng một
năm.
Am B7 Em
trời. Mùa xanh lá vội. Ru em miệt mài. Còn lời ru
Bm Am B7 Em FINE
mãi. Còn lời ru này. Ngàn năm ru hoài. Ngàn đời ru ui.

Rộn ràng Xuân

Nhạc & Lời: MẶC THẾ NHÂN

Valse
Mùa Xuân đến, xóa đi bao lạnh lùng.
Từ em bé, tuổi xuân xanh mộng vàng.
Mùa Xuân sang ánh hồng lên rực rỡ.
Từ trăng thanh, tuổi già nghiêng bóng xế.
Bầy chim ríu rít dưới ngàn hoa lá xanh.
Hồn dâng phơi phới, đón mùa Xuân mới sang.
1.
Tình hoa, ong bướm, sắc màu giăng khắp lối.
Tình dâng lai láng, đón...
2.
Có những tiếng cười như là đón chờ.
...mùa Xuân mới sang. Có những mối tình như là đang chờ,

Nàng Xuân lưu luyến, thiết tha. Có những tiếng đàn,
chờ mùa Xuân nên lứa đôi. Có những bước về,
nghe chừng mơ màng chào Xuân nhưng vắng hương tình xuân...
cho vẹn câu thề. Đầu Xuân đưa đón rộn ràng Xuân...
(Xuân ới!) Chờ Xuân đến bé nôn nao, rộn ràng.
(hỡi Xuân)
Sợ Xuân lại tóc già phơ bạc trắng! Ầm vang tiếng
pháo đón mừa Xuân thắm tươi. Người vang tiếng hát rước
nàng Xuân khắp nơi.

Tâm Sự Nàng Xuân

Hoài Linh

Bolero ♩= 80
Bm A F# Bm
Trong thế
A Bm
gian đang vui mừng đón xuân Chắc nàng
xuân giữa lúc còn chiến chinh Chúc mừng
đây với muôn ngàn thiết tha Chúc trần
G D
xuân năm nay đẹp bội phần Ngắm rừng
xuân bên ly rượu hành trình Chúc người
gian năm nay được thuận hòa Với một
Em 1. Bm
hoa mai đua nở tuyệt trần Đồi hương thay
trai đi xây dựng hoà
năm xuân vui vẻ đậm
D Bm
phấn giữa đêm chờ tin báo xuân Tôi đón
2. D F#
bình Để cho đất nước vui trọn mùa xuân thắm
đà Cùng xuân quên hết những chuyện buồn năm đã
V.S.

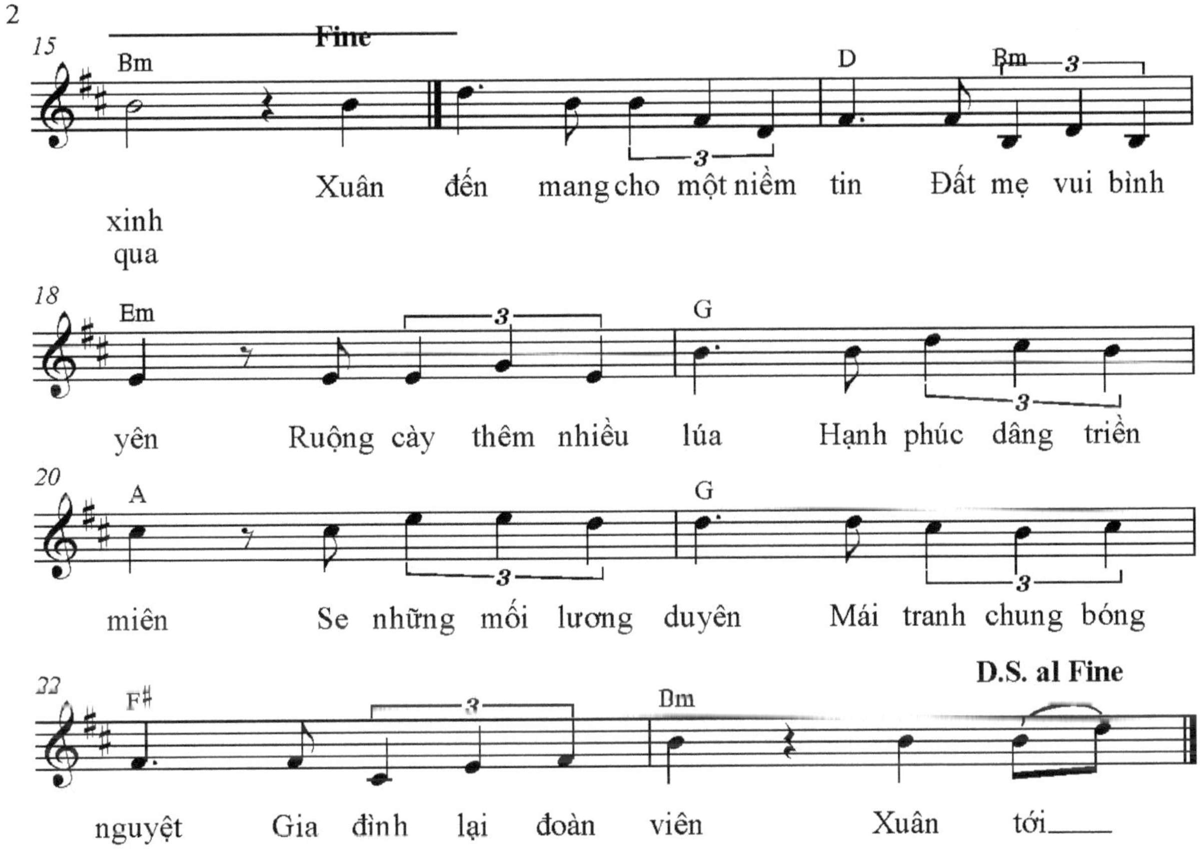
Fine
Bm
D
Bm
Xuân đến mang cho một niềm tin Đất mẹ vui bình
xinh
qua
Em
G
yên Ruộng cày thêm nhiều lúa Hạnh phúc dâng triền
A
G
miên Se những mối lương duyên Mái tranh chung bóng
D.S. al Fine
F#
Bm
nguyệt Gia đình lại đoàn viên Xuân tới

Tâm Sự Ngày Xuân

Bolero

Hoài An

Trong thế gian đang vui mừng đón xuân. Chắc nàng
xuân năm nay đẹp bội phần. Ngắm rừng hoa mai đua nở tuyệt
trần. Đổi hương thay phấn giữa đêm chờ tin báo xuân. Tôi đón
xuân lúc giữa còn chiến chinh. Chúc mừng xuân bên ly rượu hành
trình. Chúc người trai đi xây dựng hòa bình. Để cho đất
nước vui trọn mùa xuân thắm xinh. Xuân đến ban cho muôn niềm
tin, đất mẹ mau bình yên, ruộng cày thêm nhiều luống, hạnh phúc dâng triền
miên, se những mối lương duyên, mái tranh chung bóng nguyệt, gia đình lại đoàn
viên. Xuân tới đây với muôn ngàn thiết tha chúc trần
gian năm nay được thuận hòa. Với một năm xuân vui vẻ đậm
đà. Cùng xuân quên hết những chuyện buồn năm đã qua.

Thành phố mùa xuân

Trịnh Công Sơn

Intro . . .
Sài - Gòn mùa
Sài - Gòn mùa

Am Dm Am A7 Dm
xuân còn thoáng lá vàng bay có mùa thu nào đang ở lại mặt đường bình
xuân về dưới những hàng cây có nhiều tiếng cười như trẻ lại ngày vội vàng
Dm E7 Am
yên nằm ngoan như con suối kết hoa vàng cho lộng lẫy đời .
lên bình minh thay đêm tối nắng phai từ lâu chiều vẫn dài .
Ngọn
Am F E7 Am Dm G Dm
gió rung cành khi chiều chưa hết nắng Đường phố em về tóc cùng hoa quyến
Bb F Dm Esus E7 A F#m
luyến chồi lá khoe mầm cho đời biết tên . Mùa xuân thay lá mùa
G E A E7 1 A 2 F E7
đông Để cho chim hót chuyện tình . Mùa ... tình .

Thì thầm mùa xuân

Nhạc và lời : NGỌC CHÂU

Em
D
Từng chồi non xanh mơn man Từng hạt mưa long lanh rơi mùa xuân
Em
D
Và trong ánh mắt lấp lánh Lời yêu thương yêu thương ai ngập ngừng
G
C
D7
Mùa xuân đã đến bên em và mùa xuân đã đến bên anh thì thầm.

G C D
Làn gió khẽ vuốt tóc em và làn gió nói cùng em nhớ thương.
G D Am
Và em đã biết nói tiếng yêu đầu tiên Và em đã biết thương nhớ biết giận
Em G D
hờn Mùa xuân đã đến bên em trao nụ hôn Và mùa xuân
Am Em Bm7 Em
đã trao cho em ánh mắt anh Để rồi đắm say
Bm7 Em
Để rồi ngất ngây.

thư Xuân
nguyễn đào nguyễn
viễn chinh
CHẬM VỪA

gởi mang gởi trọn vào trong thơ, gởi lính ngoài biên.
Em đâu hay rằng trong thơ đó Chúa Xuân đang tới về.
Một hôm tập làm thơ, gởi cho người chiến tuyến chưa biết mặt quen
đây, với anh cùng ngây ngất nơi tuyến đầu chông
gai.
Không bánh ngọt mứt ngon không đài-trang, hoa
đại, chớ quên em nơi này.
Nàng Xuân lại về
-lệ nhưng XUÂN vẫn tươi màu.

Tình Khúc Mùa Xuân

Ngô Thụy Miên
Huy Linh

DÌU DẶT
G Em C Am D7
Tình yêu đó cho em tháng năm trên từng phím Xuân
lay đóa môi xinh giòng tóc mây bay. Mùa Thu lá heo
mây gọi về, mùa Đông nắng hanh trên tuổi thề, mình đan nắng ru
mây ước mơ xa vời. Một hôm gió Xuân sang, mây lang
thang cài tóc em mang đến thăm em chiều nắng miên man.
Rồi Thu đến sao em giận hờn, rồi Đông đến sao

28
Am D7 3 G
em lạnh lùng, đường phố vắng thênh thang ru buồn gót chân.
32
G Am D7
Chiều còn mưa bay ướt bước chân mòn lãng du, ướt áo cho tình thấm
35
G Em C G
sâu, ướt đóa môi hồng hững hờ, rũ ướt cung đàn buồn dâng mây tím giăng
38
D7 G G
ngang buồn vương ân ái phai tàn. Mùa Xuân đến chưa
42
Em C
em, bước chân ai dìu tiếng mưa đêm, vắng xa chưa dòng tóc mây bay.
47
Am G
Mùa Thu vẫn chưa người giận hờn. Mùa Đông vẫn chưa
52
Am D7 3 G
thôi lạnh lùng, Giòng lá cuốn em mang trôi dài mãi trôi.

TÌNH TỰ MÙA XUÂN

Nhạc & Lời: TỪ CÔNG PHỤNG
1971

Chậm, tình cảm
D
F#m
Bm
Em, lại đây với anh, ngồi đây với anh trong cuộc đời
Tay, này tay nắm tay, nhìn nhau đắm say như chưa bao
A7/G
A7
C#m
4fr.
A7
này. Nghe thời gian lướt qua mùa xuân khẽ sang
giờ. Nghe chừng trong mắt nâu hồn anh đã tan
A7
G
C#m
4fr.
D
A
chừng như không gian đang sưởi ấm những giọt tình nồng
thành mùa xuân ngọt ngào phủ ....ấm thiên đường đôi

D D Bm G♭
ta. Đã qua đi ngày tháng úa môi sầu nhớ tình người buồn
Bm D A G
tênh. Em, chút giọt lệ ấm khóc mừng một ngày hạnh phúc miên
D Bm F♯m Bm
man. Qua, ngày buồn đã qua, vì đã có ta trong cuộc đời
Em, lại đây với anh, ngồi đây với anh, trong cuộc đời
A7/G C♯m A7 C♯m
này Em ngồi đây với anh cùng nhau lắng nghe
này. Bên ngàn chim hót ca này em có nghe
A7 G C♯m D A D
Giòng sông đang thầm thì trong tóc những khúc nhạc tình...
Mùa xuân đang mơ toang trong........ mắt tình người mênh mang

Tình Xuân

Nhạc & Lời: VŨ THÀNH

Moderato
dolce
mf
Đào mỉm cười trong gió chào đón xuân về,
Nhạc tràn lan đây đó muôn loài lắng nghe
mf
Tình ngày xuân chứa chan vương vấn cung đàn.
Mắt huyền yêu cách muôn trùng dương như mơ màng.
rit.
tempo
Mưa sầu còn lưu luyến ngàn cánh hoa bừng tơi bời, Nhường
như nhớ thương đông đầy gió sương xa xôi. Hồn người thi khách
theo mây đến chân trời, Mong ước ngày cùng chung tiếng tơ nói

tristamanto
bao lời. Xuân nay còn xa vắng người tơ chùng phím ngà.
piurall...
tempo
Hình ai giờ nay xa khuất nơi chân mây xa. Mưa sầu dù lưu
rit.
tempo
luyến ngàn cánh hoa buông tơi bời. Dù còn tiếc thương đông đầy gió sương xa
xôi. Tình ngày xuân chứa chan vương vấn cung đàn, Hẹn ước ngày cùng
Fine
nhau sống chung giấc mơ vàng. Tiếng nhạc lắng u hoài nhường như nhớ
amoroso
thương phút vui êm đềm quá rồi. Giờ nay than tiếc chi mộng ngày
xuân sớm sao tàn phai. Sóng lòng vướng muôn lời tràn đầy bao la như khơi
châu lệ đầy vơi, Tình xuân xao xuyến sầu quyến trong sương trên cành mai.

Tuổi Thơ Đón Xuân

Nhạc & Lời
Đinh Công Lý
Đinh Công Huỳnh
18-11/2007

♩ = 120 Disco Pop - Vui nhộn

F♯m
1. Mùa xuân yêu ơi về đây cùng hát ca. Giọt sương lung
2. Tuổi thơ bao la tựa hoa thật thắm tươi. Rộn vang nơi
A C♯ F♯7 Bm E
linh mừng xuân trong nắng chan hòa. Giấc mơ tuổi thơ yêu thương khẽ động trên
nơi đầu xuân trong những tiếng cười. Đón thêm mùa xuân mong sao mỗi người hạnh
A C♯m7 F♯m
lá. Cùng nhau về đây hân hoan đón xuân thiết tha.
phúc. Điều may sẽ đến hôm nay chúc nhau phát tài.
ĐK: Mùa xuân đã
A Bm E C♯m7
đến trước ngõ sắc xuân hồng tươi. Niềm vui phơi phới nắng mới đến trong muôn
F♯m F♯7 Bm E7 A
Uh Uh Uh
người. Chúc nhau an bình đầu năm thắm câu ân tình. Ước mơ tuổi
C♯m7 F♯m
thơ đơn sơ còn đang ngóng chờ.

XÁC PHÁO NHÀ AI

Em chúc cho anh tròn hạnh phúc,
Bên người vợ trẻ cưới hôm nay
Còn em, một cánh chim cô độc
Xin trọn đời theo dõi bóng mây,
L. T. P.

* Lê-Dinh

CHẬM
Đám cưới nhà ai đây rồi xác
pháo nào rơi cuối trời Người về nhớ mãi không thôi, ngày
dài tiếp nối đơn côi, thương thay cho duyên kiếp lẻ loi. Gối
chiếc mình ôm phút nầy. Dĩ vãng còn ghi nhớ

GIẤY PHÉP SỐ 981/BTT/BCJ/XB
NGÀY 25 THÁNG 3 NĂM 1965

hoài. Lệ nào ướt má hoen mi, buồn nào sánh với chia ly, yêu
nhau mà mong ước được gì. Nước mắt rơi rơi mang nhiều thương
nhớ bóng hình nào khó nguôi, anh ơi ai hay đường đời nơi
nao riêng em thương nhớ ôi buồn sao ! Xác
pháo còn rơi cuối đường. Nhớ mai tình duyên lỡ
làng, Một người tách bến nơi nao, người về chiếc bóng đêm thâu, anh
ơi thôi tan hết mộng đầu. Đám . . . ơi duyên đôi lứa còn đâu.

Xuân Ca

Phạm Duy

Moderato ♩= 100
B♭ Gm F B♭
Xuân trong tôi đã
Xuân tôi ra góp
Xuân tôi sang bến
Xuân lên cao chóp
Xuân tôi ơi sức
6
Dm B♭ Gm B♭
khơi trong một_ đêm_ vui Một đêm, một đêm gối chăn phòng
chung câu gào_ thiết tha Là xinh, là tươi có Xuân thuở
yêu tôi tìm_ gió_ trăng Tình Xuân là Xuân có khi_ mừng
Xuân buông nhịp_ xuống sâu Hồn Xuân hồn thiêng ngút lên_ từ
Xuân tôi còn_ khát_ khao Dù nay, dù mai cũng như_ mọi
10
F F6 B♭
the đón cha_ mẹ về.___ Xuân âm u lắc
xưa ước mơ_ hiền hoà___ Xuân xanh lơ, hắt
vơi có khi_ sầu đầy___ Xuân yêu đương muốn
lâu cõi Xuân còn dài___ Xuân trong ta đã
ai chết trong địa cầu___ Xuân muôn năm có
14
Dm B♭ Gm Dm
lẻo trong nguồn suối_ mơ Bừng reo rồi theo nắng lên_ từ
hiu trong trời_ nắng mưa Vườn Xuân là Xuân có hoa_ ngày
căng lên nhựa sống ngon Tìm em gặp em đón Xuân nghìn
muôn ngàn lần_ đã_ qua Mặc cho, mặc bao những cơn_ buồn
ta Xuân còn_ hởi_ Xuân Thì xin, thì Xuân hãy cho_ tình
V.S.

18
F
B♭
cha chói chang lòng mẹ___ Xuân Xuân ơi, Xuân
mai hát Xuân thật dài___
năm bão Xuân ngập lòng___
thương những cơn_ giận hờn___
nhân sống thêm vài lần___
22
C
B♭
hỡi Xuân ơi Xuân Xuân
25
C
B♭
ơi Xuân hỡi Xuân ơi..

Xuân chiến khu

XUÂN HỒNG

D G G
(Dạo nhạc)
D G G
G
Mùa xuân về trong chiến khu, tiếng chim
C Em
rừng vang hót khắp nơi, mùa xuân về trong chiến
G C G
khu gió đưa cây rừng cành lá ví vu ú u

G D7 G C
u chim hót mừng mùa xuân thắng lợi. Mai
(Mai)
G C
vàng, mai vàng đang nở lưng đồi chào anh bộ
này xuân về hoa nở khắp nhà tìm anh bộ
C G
đội thêm một tuổi đời, mừng anh thêm một tuổi
đội em tặng món quà, cùng anh kể chuyện đã
G C
quân thêm nhiều chiến công toàn dân đang mong.
qua, những ngày chiến chinh đời anh xông pha.
D7
Xuân chiến khu khói mù còn loang quê
Ta đón xuân tưng bừng cờ hoa đón
G D7 G
nhà em chẳng có chi để làm quà có chi hơn
mừng những người dân ta trẻ già, chúng ta chan

C G G
là hát tặng bài ca. (Dạo nhạc)
hòa hát một bài ca.
C G C G Em
C D7
Xuân chiến khu nhớ
Đất nước ta bốn
G D7 G
tình làng quê xóm cũ, quyết lòng diệt tan kẻ
mùa là xuân hoa nở quyết lòng dựng xây nước
D7 G
1.
thù toàn dân ta hưởng trọn mùa xuân. Mai...
nhà toàn dân...
D7 G
2.
ta hát một bài ca.

Xuân Đã Về

Minh Kỳ

Xuân đã về xuân đã về kìa bao
Xuân đã về xuân đã về kìa bao
ánh xuân về tràn lan mênh mông. Trên cánh
ánh xuân về tràn lan mênh mông. Xuân đã
đồng chim hót mừng đang thiết tha từng đàn cùng
về trên cánh đồng bao bác nông dân cày ruộng
bay vui say. Xuân đã về xuân đã về ngàn hoa
vui say xuân. Xuân đã về xuân đã về ngàn cô
hé môi cười vui đón gió mới. Xuân đã
gái quê cười tươi đón gió mới. Xuân đã
về xuân đã về ta hát vang lên câu ca mừng chào
về xuân đã...
xuân. Ngoài trời bao la xinh tươi bao cô gái

đẹp nhìn trông xinh như hoa. Lập lòe tà áo xanh
xanh chen bông tím vàng đẹp hơn tiên nga.
Và bầy em bé ríu rít khúc khích tiếng cười rỉ nhau vui
ca. Từng đàn chim non xinh xinh tung bay khắp
trời cùng ríu rít ca. Một bài ca đón chào mừng
Ngập trời bao tiếng chào mừng
hòa theo tiếng pháo đì đùng mừng xuân nay đã
nàng Xuân duyên dáng về rồi về gieo bao thắm
1. 2.
về rồi và mùa Đông vừa qua.
tươi vui lòng ta thấy yêu... ...đời. Xuân đã
về ta hát vang chào mùa Xuân sang Xuân sang.

Xuân Hành

Phạm Duy

Bao La ♩ = 100
Người là ai? Từ đâu đến? Và người
ơi, người sẽ bước chân về___ nơi nao?______ Người vì
sao mà chớm nở? Rồi sớm tối, cánh hoa tươi tơi bời theo
với những lá úa?______ Người là chi? Là cơn gió? Là hạt
mưa?_ Là cát trắng hay bụi xanh lơ?______ Người từ
xưa, thuyền theo lái về bến cũ? Người lên xe đi từ hư
vô qua hư vô?______ Ta ra đi từ lòng người, với tiếng
V.S.

20
khóc và nụ cười Thương yêu dai, hận thù dài, nuôi đắm
22
say Trưa hôm qua còn là người Đêm hôm
24
nay hồn lạc loài thành vị thần hay lũ ma lẻ loi Mỗi chớp
27
mắt nhìn toàn đời, nuốt thế giới vào lòng rồi Muôn năm
29
vui ở nửa vời câu hát đời Nghe con
31
tim chạy miệt mài, khi tim ngơi nhịp từng hồi Buồn nghìn
33
đời lên giữa cơn đập vui. Người là TA, một mùa Xuân toả ánh
36
nắng mai Bước lên đời mang một duyên tình duyên

Xuân Họp Mặt

Văn Phụng

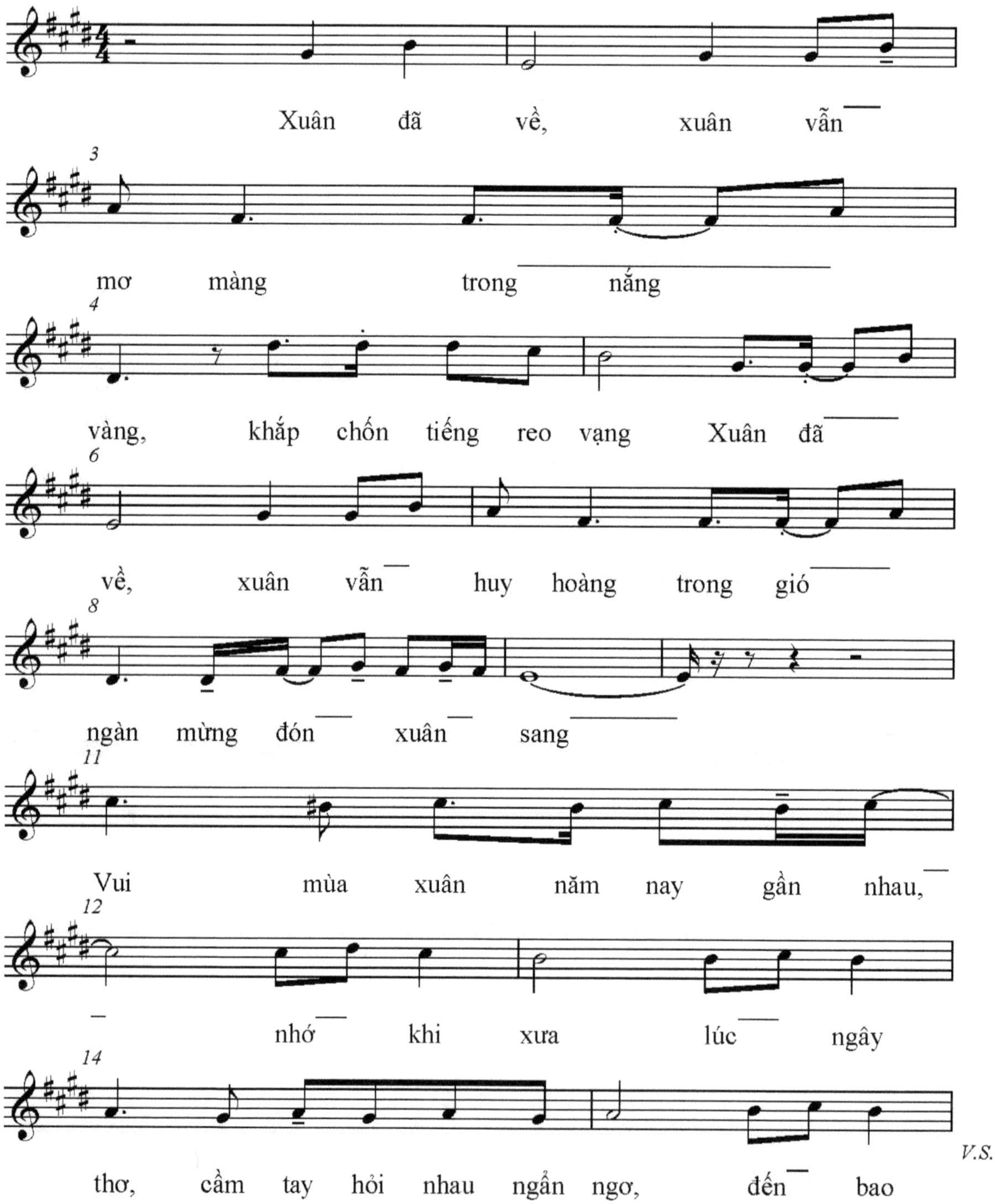
3
4
6
8
11
12
14
Xuân đã về, xuân vẫn
mơ màng trong nắng
vàng, khắp chốn tiếng reo vạng Xuân đã
về, xuân vẫn huy hoàng trong gió
ngàn mừng đón xuân sang
Vui mùa xuân năm nay gần nhau,
nhớ khi xưa lúc ngây
thơ, cầm tay hỏi nhau ngẩn ngơ, đến bao
V.S.

giờ đón xuân mơ Xuân đã
về, xuân vẫn mơ màng trong nắng
vàng, khắp chốn tiếng reo vang Xuân đã
về, xuân vẫn huy hoàng trong gió
ngàn mừng đón xuân sang
Xuân đã về, xuân vẫn
mơ màng trong nắng

39
vàng, khắp chốn tiếng reo vạng Xuân đã
41
về, xuân vẫn huy hoàng trong gió
43
ngàn mừng đón xuân sang
46
Vui mùa xuân năm nay gần nhau,
47
nhớ khi nào lúc ra
49
đi, cầm tay hẹn câu chờ nhau, đến bến
51
cầu, nắng xuân sau Xuân đã
54
về, xuân vẫn mơ màng trong nắng
56
vàng, khắp chốn tiếng reo vạng Xuân đã
V.S.

về, xuân vẫn huy hoàng trong gió
ngàn mừng đón xuân sang
Vui mùa xuân năm nay gần
nhau, hát vang câu mến thương
nhau, cầm tay nhìn nhau ngẫn
ngơ, ước mơ xuân đến bao lần
Xuân đã về, xuân vẫn
mơ màng trong nắng
vàng, khắp chốn tiếng reo vạng Xuân đã

75
về, xuân vẫn huy hoàng trong gió
77
ngàn mừng đón xuân sang Nâng phím
79
3
đàn cùng hát vang vang Nâng phím
81
đàn cùng hát vang vang Nâng phím
83
đàn cùng hát vang
84
vang

Xuân Miền Nam

Văn Phụng - Tuấn Nghĩa

Đàn ai lả lơi theo gió buông tơ vàng Lời ai
Còn vương vấn mãi nghe mơ màng Trời thắm Bừng lên muôn sắc tươi
huy hoàng Tim nao nao rung nhịp mến Lan trong hơi xuân đầm ấm Gió khơi tình
thương (ĐK) Từ phương xa đêm nay xuân về duyên dáng trên đôi môi nàng thiếu
nữ thắm nét sống Đêm bao la không gian vang lời tha thiết van xin xuân đừng phai sắc
Hoa ngát hương thơm lành Nhạc lắng câu thanh bình Gió lướt
êm như ru cơn mơ say sưa theo âm thanh đang trầm ngân Miền Nam
Niềm vui chan chứa đêm mơ hồ Miền Nam Tình xuân sưởi ấm thêm đôi bờ
Giờ đây Mùa xuân đang xóa tan mây mờ Quên đi đau
thương sầu nhớ Vui ca tung reo nguồn sống Đắp xây Tự Do

Hoài Linh

XUÂN MUỘN

* Đã thu thanh vào dĩa hát TRƯỜNG-SƠN
với giọng ca Hà-Thanh, ban nhạc Văn-Phụng

Habanera
Nhiều khi mơ ước đi lạc vào thiên thai
Để theo Lưu-Nguyễn xa biệt hẳn cõi đời. Tiên giới không Xuân Hạ
Thu Đông, bốn mùa hoa nở đào tiên đăng, điện vút đài cao chín tầng
Chiều ba mươi Tết ta còn gì cho nhau? Lại thêm Xuân nữa gieo nhẹ vào mái

đâu ! Đâu đây vu - vơ vài tiếng pháo giữa lòng quê nghèo còn
binh đao, thấy hoa xót mai thương đào. Xuân ơi! Xuân từ đâu
đến, ta có quên em? Đông tàn đến tìm. Trần - gian nhiều đau khổ
rồi, chờ bàn tay nhung gấm vuốt - ve tươi lòng thế nhân. Giàu vui mong đón Xuân về bằng cao
sang. Nghèo lo Xuân đến chân-thành bằng tấm lòng. Chân bước trong đêm tàn
FINE
ngõ tối giao thừa Xuân muộn đã không vui, có người đón Xuân quên cười...

Xuân nầy anh không về!

Thơ: TẠ NGHI LỄ
Phổ nhạc: BẢO THU

Ballade - Beguine (hoặc Rumba)

3
Xuân nầy anh không về được Buổi
chiều đốt khói buồn bay. Quanh đây núi đồi xa
lạ. Tủi lòng anh xót mắt cay. Biết
em quê nhà mong đợi. Hiên lòng từng giọt sầu
đưa. Vườn xanh thơm nồng hoa cải. Bên
3
hiên dõi bóng mắt chờ. Còn đâu mùa Xuân năm

cũ Đưa em về giữa đường hoa. Tình
yêu ngát nồng hương sứ. Hôn em nắng lụa đôi
tà. Còn đâu ngày vui lộc mới. Đưa
em hát hội đình làng. Bên nhau khẽ thầm ước
nguyện. Có đời ta mãi trong tim. Xuân
nầy anh không về được. Phương
trời ngút bóng người đi Nhớ em dặm sầu khôn
rall...
xiết Chút tình tưởng đến nhau thôi.

XUÂN NÀY CON KHÔNG VỀ

TRỊNH LÂM NGÂN

Con biết bây giờ Mẹ chờ tin con. Khi thấy Mai Đào nở vàng bên
(Ôi nhớ Xuân nào thuở trời yên..) vui Nghe pháo giao thừa rộn ràng nơi
nương. Năm trước con hẹn đầu Xuân sẽ về nay én bay đầy trước
nơi. Bên mái tranh nghèo ngồi quanh bếp hồng, trông bánh chưng chờ trời
1.
ngõ mà tin con vẫn xa ngàn xa. Ôi nhớ Xuân nào thuở trời yên..
2.
sáng, đỏ hây hây những đôi má đào Nếu con không về chắc Mẹ buồn
lắm, mái tranh nghèo không người sửa sang, khu vườn thiếu hoa vàng mừng Xuân.
Đàn trẻ thơ ngây chờ mong anh trai sẽ đem về cho tà áo mới ba ngày Xuân đi khoe xóm
giếng. Con biết không về Mẹ chờ em trông
Nhưng nếu con về bạn bè thương mong Bao lứa trai còn chào Xuân chiến
trường, không lẽ riêng mình êm ấm, Mẹ ơi con Xuân này vắng nhà.

XUÂN THA HƯƠNG

Phạm đình Chương

Valse moderato
Ngày xưa Xuân thắm quê tôi bao nhánh hoa đời đẹp
tươi, Mẹ tôi sai uốn cây cành vun tưới hoa màu xinh xinh. Thời
gian nay quá xa xăm tôi đã xa nhà đầm ấm, sống bao xuân lạnh
lẽo âm thầm. Hoa xưa dần quen biết bao kỳ đơm bông, Riêng
ai buồn thương hắt hiu còn trông mong. Và Xuân thay áo mấy
mùa đợi chờ, mắt hoen lệ rưng rưng sầu héo đến bao
giờ. Chiều nay lê gót phiêu du thầm nhớ xuân về làng
cũ; tình quê chan chứa trong lòng chua xót hay sầu tư hương. Đường

đi xa lắc lê thê thêm khát khao ngày về quê để sống vui quê mẹ
fine
lúc xuân về. Xuân tới muôn cánh hoa đào bay khắp nơi, hương
khói lan dưới mưa nhẹ rơi phới phới, chiều xuống, sầu lắng trên đường
về mịt mùng mây Tần hơi cho nhấn bao niềm thương. Chiều.....

Xuân và tuổi trẻ

LA HỐI - THẾ LỮ

VALSE MODERATO
Ngày thắm tươi bên đời xuân mới Lòng đắm say bao nguồn vui
sống Xuân về với ngàn hoa tươi sáng Ta muốn hái
1
2
AL CODA
muôn ngàn đóa hồng Ngày muốn luôn luôn cười với hoa Xuân thắm
tươi én tung bay cao tít trời Vui sướng đi cao tiếng ca mừng vui reo

Đừng để lòng thổn thức tình mê đắm
Ta trẻ vui Ta trẻ
vui đời xuân thắm tươi Xuân thắm tươi
VIVO
Vui sướng đi cho
đời tươi sáng Vui sướng đi cho lòng thêm tươi Ta hát ca đón
dolce
mừng xuân mới Ta hát ca cho lòng thêm hăng hái
Hát vang lên
đời ta thắm tươi
Tiết xuân huy hoàng muôn sắc hoa
Tiết xuân êm đềm muôn tiếng ca
Hát vang hòa lòng thêm hăng
ca Xuân tưng bừng
CODA
Ngày . . .
sfz
sfz

Xuân về

(1945)

Nhạc & Lời: HOÀNG QUÝ

1. Đời ta bao tươi vui như hoa hồng
2. Đời ta bao tươi vui như hoa hồng
thắm Bao chim đua hót trong mây xuân về trong khóm
thắm Ta không nên phút nao quên bao người đang khóc
cây Chim vờn gieo khắp bao lời yêu xuân xuống khắp đó đây
than Trông đời tươi thắm bao lời đau thương âm lên tiếng vang
Chim xanh ca rằng: Đời ta bao tươi vui như hoa hồng
Ta không quên rằng: Đời ta bao tươi vui như hoa hồng
thắm Sao ta không đón xuân tươi đang về trong nắng hương Cùng nhau vui
thắm Nhưng bên ta có bao nhiêu cuộc đời trong gió sương Cùng nhau vui

hát cho bao nhiêu người cùng thấy quên sầu đau
giúp cho bao nhiêu người cùng thấy quên sầu đau
thương Nắng đã gieo vàng đều trên khóm lá
thương Cho nắng gieo vàng đời ai trong tối
xanh Và mây hồng thắm đang trôi trên trời
đen Và Xuân bừng thắm lên môi bao lời
biếc Đời ta bao tươi vui như hoa hồng
khóc Đời ta bao tươi vui như hoa hồng
thắm Sao ta không đón Xuân tươi đang về trong nắng
thắm Nhưng bên ta có bao nhiêu cuộc đời trong gió
hương Cùng nhau vui hát cho bao nhiêu
sương Cùng nhau vui giúp cho bao nhiêu
người cùng thấy quên sầu đau thương.
người cùng thấy quên sầu đau thương.

Xuân Về

Nhạc và lời:
Thẩm Oánh

Boston
Xuân về rồi, muôn đóa hoa đào tươi
cười trong nắng ứ... ư... Buông mành
tơ liễu soi hồ gương. Vờn màu sắc xuân vừa
sang. Ngàn xuân khúc vang lừng ca, chim ghép
đôi tung trời bay, và âu yếm bên ngàn hoa, cô gái
mơ màng say... Xuân về rồi, muôn đóa hoa đào
tươi cười trong nắng ứ... ư... Bên phòng

the tiếng dương cầm ngân, nhịp nhàng khúc ca mừng
Fine
xuân. Hoa lá tươi kiêu căng cười đông.
Chim chóc vui ca vang ngoài song. Làn kim phấn lướt qua bóng
mây, thấm tô cho ngàn cỏ cây. Mưa phớt trên bông hoa đào
tươi. Oanh yến đang mê say mừng vui. Tìm trong
gió mới xuân sắc hoa líu lo tưng bừng hòa ca.

Yêu em mùa Xuân.

Bùi Công Thuấn

Yêu em yêu em khi mùa xuân về cỏ nội xanh xanh ngô lúa thơm
lành Yêu em yêu em khi mùa xuân sang ngọn nguồn thênh thang trên mái tranh
làng Dù nghèo mà vui đường quê hoa nở mặt người xinh tươi gặp nhau hớn
hở yêu lắm cuộc đời tha thiết gọi mời tiếng cười trẻ thơ
Em về bến nào bến đục bến trong thì lòng vẫn vui dù có xa
xôi dù xa xôi mấy lòng vẫn không nguôi tình vẫn đôi mươi
Yêu em yêu em bao mùa xuân rồi thuyền tình xa khơi thương nhớ một
người Yêu em yêu em tình ở quanh đây trọn niềm thơ ngây trong trái tim này.